या पुस्तकात यमुनाबाई वाईकर, विठाबाई नारायणगावकर, सुलोचना चव्हाण, माया जाधव, सुरेखा पुणेकर हे व इतर अनेक लावणी क्षेत्र गाजवणाऱ्या कलावंतांचे कष्टमय आयुष्यपट वाचकांसमोर उलगडतात. सुखदुःखाचे कढ पचवत, अडचणींचे डोंगर पार करत, आयुष्याने पुढ्यात घातलेले पेच कुवतीनुसार सोडवत, रसिकांना देव मानून प्रामाणिकपणे कलाविष्कार करणाऱ्या या कलावतींना दाद द्यायला हवी. या मनोगतांचे शब्दांकनही उत्तम असल्याने ते वाचनीय बनले आहे.

दैनिक सकाळ, १८-०४-२००४

काळोख्या रात्रीत ज्यांच्या लखलखत्या कलागुणांमुळे अंधार उजळून निघतो, अशा लोककलावंतांच्या विशेषतः तमाशा कलावंतांच्या कष्टप्रद जीवनाचा आलेख म्हणजे 'रंगल्या रात्री' हे आत्मकथनात्मक वळणाचे पुस्तक. आयुष्यातले भलेबुरे अनुभव अत्यंत मोकळ्या मनानं आपल्यापुढे मांडणाऱ्या यमुनाबाई वाईकर, विठाबाई नारायणगावकर, सुलोचना चव्हाण, सुरेखा पुणेकर, रोशन सातारकर, माया जाधव, काळू-बाळू व मधू कांबीकर या तमाशा कलावंतांची एक नवी ओळख आपल्याला या पुस्तकातून होते. या कलावंतांच्या मुलाखती पुस्तकरूपाने आपल्यापुढे सादर करण्याचे कार्य संपादक अरुण शेवते यांनी प्रामाणिकपणे केलेले आहे.

दैनिक तरुण भारत, ०२-०५-२००४

सर्वसामान्य जनतेला भरभरून कलानंद देणाऱ्या, यमुनाबाई वाईकर, विठाबाई नारायणगावकर, सुलोचना चव्हाण, माया जाधव, सुरेखा पुणेकर, काळू-बाळू, रोशन सातारकर आणि मधु कांबीकर अशा नऊ तमाशा कलावंतांची मनोगते प्रस्तुत 'रंगल्या रात्री'मध्ये अरुण शेवते यांनी संकलित केली आहेत.

दिवसा सामान्य भासणारी ही माणसे, जणू यक्षगंधर्वांच्या जादुई नगरीतून उतरून आल्यासारखी भासत. त्यांच्या अंगची कला प्रेक्षकांसमोर हजार गुणांनी पेश होई. चढणारी रात्र कलेच्या बेहोष आनंदात रंगत जाई.

दैनिक लोकसत्ता, १६-०७-२००६

रंगल्या रात्री

नृत्य-गायन करणाऱ्या महिला व तमाशा कलावंतांचे अनुभवकथन.

संपादन
अरुण शेवते

मेहता पब्लिशिंग हाऊस

Please contact us at **Mehta Publishing House,** Pune.

Email : production@mehtapublishinghouse.com

Website : www.mehtapublishinghouse.com

RANGALYA RATRI Edited by **ARUN SHEVATE**

रंगल्या रात्री : संपादन - अरुण शेवते / अनुभवकथन

© अरुण शेवते

author@mehtapublishinghouse.com

प्रकाशक : सुनील अनिल मेहता, मेहता पब्लिशिंग हाऊस,
१९४१, सदाशिव पेठ, माडीवाले कॉलनी, पुणे - ४११०३०.

मुखपृष्ठ : चंद्रमोहन कुलकर्णी

रेखा चित्रे : बाळ ठाकूर

प्रकाशनकाल : डिसेंबर, २००३ / पुनर्मुद्रण : फेब्रुवारी, २०१९

P Book ISBN 9788177664232

E Book ISBN 9789353171711

E Books available on : play.google.com/store/books
www.amazon.in/b?node=15513892031

प्रिय
शर्वरीस
सप्रेम

लेखकाचे मनोगत

माझं बालपण ग्रामीण भागात गेलं; त्यामुळे तमाशा जवळून बघायला मिळाला. अहमदनगर जिल्ह्यातील ब्राह्मणवाडा अकोले या गावी मी तमाशे पाहिले. त्यातील सोंगाड्या, सवाल-जवाब, बोलण्याची वेगळी शैली, अभिनय या साऱ्या गोष्टींनी तमाशा पाहिलेली ती रात्र मंतरून जायची. नंतर त्यांचे अस्ताव्यस्त जगणे पाहायला मिळाल्यानंतर पोटात कालवाकालव व्हायची. रात्री हसवणारे कलावंत अनवाणी आणि उदास दिसायचे. बहुजन समाजाला लावणी, तमाशा यांतून निखळ आनंद मिळाला. आजच्यासारखी मनोरंजनाची कुठली साधने नव्हती; त्यामुळे गावात तमाशाची कनात पडली की, रात्री माणसे झुंडीच्या झुंडीने तमाशा पाहायला जायची. रात्री सुरू होणारा तमाशा पहाटेपर्यंत चालायचा. सकाळी माणसे पुन्हा आपापल्या कामाला. गावात जत्रा भरली की, तमाशाचे फड रंगायचे. कष्टकरी समाजाला दोन-चार आण्यांत परवडणारी ती एकमेव चैन होती. त्या काळी तमाशाचे तिकीटदरही कमी असायचे. जत्रा असली की, तुफान गर्दी व्हायची. त्या सगळ्या गल्ल्यातून तमाशाच्या मालकाला पैसे मिळायचे.

५०-६० माणसांचा बारदाना मालकाला सांभाळावा लागत असे. कलावंताला मिळून मिळून किती पैसे मिळणार? दररोजची तोंडीमिळवणी करता करता नाकीनऊ यायचे. मिळणाऱ्या पैशात ही माणसे समाधान मानायची. अनेक बऱ्या-वाईट प्रसंगांतून स्वत:ला सावरत सावरत एका गावाहून दुसऱ्या गावी मुक्काम हलवायचा. पुन्हा आपआपसातल्या फडातली जीवघेणी स्पर्धा, भांडणे, टारगट माणसांचे विचित्र वागणे हे सगळे सोसून लोकांमधून शिट्या, टाळ्या मिळाल्या की, नाचणाऱ्या कलावंतिणीला, सोंगड्याला, पेटी व तबलावादकाला, इतर कलावंतांना

स्फुरण चढायचे. जणू काही आयुष्यात काहीच घडलेच नाही अशा आनंदाच्या मस्तीने ही कलावंत मंडळी रात्री रंगून जायची. लोकांनाही रंगवायची.

त्यांचे हे सगळे जगणे मी लहानपणी पाहिले. दुरून पाहिले तरी त्याचे ठसे मनावर अजून आहेत; त्यामुळे एखादा अभिजात चित्रपट, नाटक पाहिले तरी गुणगुणताना ओठावर लावणीचेच शब्द येतात.

यमुनाबाई वाईकरांची बैठकीची लावणी मुंबईला ऐकता आली. वयाच्या ८०व्या वर्षी त्यांची अदाकारी, त्यांचा उत्साह अलौकिक. कवयित्री शांता शेळके यमुनाबाईंना एकदाच भेटल्या. त्यांच्या गप्पा झाल्या; पण एकाच बैठकीने त्या एवढ्या प्रभावित झाल्या की, त्यांचे चित्रपटातील लावण्यांचे पुस्तक त्यांनी यमुनाबाईंना अर्पण केले. मुलाखतीच्या निमित्ताने मी त्यांना वाईला भेटलो. त्या म्हणाल्या, मला मुलाखतीपूर्वी प्रश्न सांगायची गरज नाही. तुम्ही विचारत जा; मी सांगत जाते. टेपरेकॉर्डर बरोबर घेऊन गेलो होतो. यमुनाबाईंच्या वागण्याने, बोलण्याने मनाला एक प्रकारचे भारावलेपण आले होते. त्यांनी बोलायला सुरुवात केली. (भावनेच्या भरात मी टेपरेकॉर्डर सुरू करायचा हे विसरून गेलो.) अर्धा एक तास झाल्यावर यमुनाबाई म्हणाल्या, एका बाजूची कॅसेट संपली की, आपण थोडा वेळ थांबू; मग पुन्हा बोलू. जास्त वेळ बोलले की, दम लागतो. मी टेपरेकॉर्डरकडे पाहिले आणि घामाघूम झालो. यमुनाबाईंना म्हणालो, टेपरेकॉर्डर सुरू करायचे राहून गेले; त्यामुळे तुम्ही पुन्हा पहिल्यापासून बोलाल का? त्यांनी नुसते माझ्याकडे मायेच्या नजरेने पाहिले आणि म्हणाल्या की, कधी कधी अशा चुका होतात. तुम्ही मनाला लावून घेऊ नका. मी थोडा वेळ विश्रांती घेऊन पहिल्यापासून बोलते आणि काही वेळातच यमुनाबाई आपल्या भूतकाळात रमून गेल्या. जणू काही घडलेच नाही अशा भावनेने त्या उत्कटपणे, तरलपणे बोलत राहिल्या. कलावंताचे एक आगळेवेगळे रूप मला पाहायला मिळाले.

विठाबाई नारायणगावकर यांचे तमाशे पाहिले. आता तपशील आठवत नाही; पण त्यांची अदाकारी आजही डोळ्यांसमोर आहे.

आळेफाट्याहून मी त्यांना नारायणगावला फोन केला तेव्हा त्या म्हणाल्या, २-३ दिवसांनी तुम्ही फोन करा; मग आपण बोलू. सकाळी

फोन केल्यावर त्या म्हणाल्या, तुम्ही या; पण माझी तब्येत बरी नाही. जास्त बोलता येणार नाही. नारायणगावला त्यांच्या घरी गेलो. खूप थकलेल्या दिसत होत्या. त्या म्हणाल्या, रात्रभर जागी आहे. अंगात ताप आहे. मी मुलाबरोबर दवाखान्यात जाऊन येते. औषधे, गोळ्या खाते; मग तुमच्याशी बोलते. तोपर्यंत तुम्ही माझ्या मुलीबरोबर गप्पा मारा. तीही तुम्हाला माझ्याविषयी माहिती सांगेल. अशा अवस्थेत मुलाखत घ्यावी की नाही, या चिंतेत मी होतो. मनाला पटत नव्हते. अशा आजारी अवस्थेत या कलावंताला किती त्रास देणार? माझ्या चेहऱ्यावरची अस्वस्थता पाहून त्या म्हणाल्या, तुम्ही काळजी करू नका. माझा काही भरवसा नाही. शेवटचेच दिवस आहेत. तुम्ही एवढ्या लांबून आलात. तुम्हाला रिकाम्या हाताने पाठवणे बरोबर नाही. तुम्ही बसा. सुनेला चहा करायला सांगून, त्या मुलाबरोबर डॉक्टरांकडे गेल्या. तोपर्यंत मी इतरांशी बोलत होतो. दवाखान्यातून आल्याबरोबर त्या म्हणाल्या, मी थोडा चहा घेते. मग काय ते विचारा. त्याही आजारपणात तास-दीड तास त्या बोलल्या. आपला भूतकाळ जणू आजच घडला आहे अशा आविर्भावात त्या बोलत राहिल्या. आवाज साथ देत नसताना, अंग ठणकत असताना, ताप नसानसांत भिनत असताना स्टेजच्या पाठीमागे झालेल्या त्यांच्या बाळंतपणाची गोष्ट त्यांनी ऐकवली. लावण्यांचे मुखडे ऐकवले. गप्पा संपल्यावर म्हणालो, तुम्ही फोटो द्या. लेखात वापरता येतील. त्या म्हणाल्या, फोटो भरपूर आहेत; पण माझ्या घरी नाहीत. ज्यांना फोटो दिले त्यांनी परतच केले नाहीत. भिंतीवर २-३ फोटो आहेत तेवढेच! त्या फोटोच्या फ्रेम घेऊन मी फोटोग्राफरकडे गेलो. फोटोवरून फोटो काढले. फ्रेम त्यांना परत केल्या. यांचा निरोप घेताना वाटले, विठाबाईंच्या ऐवजी दुसरा एखादा कुणी कलावंत असता तर त्याने आजरपणात एवढा वेळ दिला नसता; पण विठाबाई आपलं आजारपण, येणारी खोकल्याची उबळ आतल्या आत सहन करून, वन्स मोअरमध्ये हरवलेले आयुष्य शोधत राहिल्या.

सुलोचना चव्हाण यांच्या लावण्यांचा बाजच वेगळा! लावणी सादर करण्याची पद्धत वेगळी... साधं, सरळ व्यक्तिमत्त्व. बैठकीला बसल्याबरोबर एक वेगळेच रूप. त्यांच्या कितीतरी लावण्या मनात ठाण मांडून बसलेल्या. ओठ गुणगुणायला लागले की, त्यांची लावणी आठवते.

फड सांभाळ तुऱ्याला गं आला
तुझ्या उसाला लागलं कोल्हा ॥धृ॥
मूळ जमीन काळं सोनं
त्यात नामांकित रुजलं बियाणं
तुझा ऊस वाढला जोमानं
घाटाघाटानं उभारी धरली
पेरापेरांत साखर भरली
नाही वाढीस जागा उरली
रंग पानांचा हिरवा ओला...

अशा कितीतरी लावण्यांचे मुखडे बरोबर घेऊनच सुलोचनाबाईंना त्यांच्या गिरगावच्या घरी भेटायला गेलो.

बरोबर सविता दामले होत्या. आमचे प्रश्न संपत होते; पण प्रश्नांची उत्तरं मात्र संपत नव्हती. बोलण्यात कुठलीही ऐट नाही; अहंकार नाही. घरात आपण आपल्या माणसांबरोबर बोलतो तशी गप्पांची शैली. श्री. चव्हाण अधूनमधून आठवणी सांगत होते. त्या आठवणींमधून दोघांचे एकमेकांशी एकरूप झालेले सहजीवन मनाला स्पर्शून जात होते. आम्ही दोघे त्यांच्या घरातून बाहेर पडलो, ते त्यांचे लावणीचे आयुष्य बरोबर घेऊनच.

'सोळा हजारात देखणी' हा माया जाधवांचा कार्यक्रम पाहिला. वयाची चाळिशी उलटून गेली तरी तोच पूर्वीसारखा उत्साह, नृत्याचा ताल... वन्स मोअर आल्यावर तेवढ्याच उत्साहाने पुन्हा नृत्य सुरू. त्यांना भेटायला जाताना सविता दामलेंच्या मनात अनेक प्रश्न होते. त्या प्रश्नांची उत्तरे देता देता चार तास कसे निघून गेले ते कळलेच नाही. आम्ही विचारत होतो; त्या बोलत होत्या. शहाजी काळे, माया जाधवांच्या आठवणींतून निसटून गेलेले दुवे जोडत होते. लहानपणापासून आतापर्यंत त्यांच्या फोटोंचे अल्बम त्यांनी व्यवस्थित सांभाळलेले. त्या चेहऱ्यांमधूनही त्यांचे बदलत गेलेले जगणे दिसत होते.

'नटरंगी नार उडवी लावणीचा बार' हा सुरेखा पुणेकरांचा कार्यक्रम पाहिला. शेजारच्या गृहस्थाला सहज विचारले, हा कार्यक्रम तू किती वेळा पाहिला? त्याच्या उत्तराने मी उडालोच. तो म्हणाला, ५० वेळा हा कार्यक्रम पाहिला. बाईंचा कार्यक्रम थिएटरला लागला की, मी जातोच.

मग वेळ असो नसो. तीन तास लावण्यांत झिंगून जातो. सुरेखाबाईंना हे सांगितल्यावर त्या म्हणाल्या, अशी खूप माणसे आहेत. माझा कार्यक्रम थिएटरला लागला की, बायका-मुलांसह येतात. मध्यंतरात भेटतात; माझं कौतुक करतात.

वाशीच्या नाट्यगृहात मी त्यांना भेटलो. लेखाची कल्पना दिली. त्या म्हणाल्या. वेळ मिळणे अवघड आहे. दररोज माझे कार्यक्रम असतात. एक कार्यक्रम संपला की दुसऱ्या गावचा प्रवास सुरू. कसे जमणार? मी म्हणालो, त्यातून आपण एक मार्ग काढू. कार्यक्रमात तुम्ही सलग लावणी म्हणत नाही. नाचत नाही. इतर कलावंत लावणी सादर करत असताना तेवढ्या वेळात मी तुम्हाला प्रश्न विचारतो. तुम्ही बोलत जा. म्हणजे कार्यक्रम संपेपर्यंत मुलाखत जमून जाईल. त्या म्हणाल्या, ही कल्पना चांगली आहे. आजच तुमचे काम होऊन जाईल.

'या रावजी, बसा भावजी'

या त्यांच्या लावणीचे सूर कानावर येत होते. लावणी संपल्याबरोबर रंगपटात आल्यावर त्या म्हणाल्या, मी तुम्हाला काय सांगितले, तेवढी १-२ वाक्ये सांगा; पुढचे मी सांगते.

स्टेजवरच्या त्यांच्या लावण्या कानात साठवत, त्यांचे बोलणे ऐकत मुलाखत संपली. हा एक वेगळा अनुभव मला मिळाला. स्टेजवर लावणी म्हणून, नाचून त्या थकून जायच्या; पण क्षण-दोन क्षणांतच त्या आपल्या आठवणी सांगायच्या. कार्यक्रम संपला, माझी मुलाखत संपली. तेवढ्या गडबडीतही मला फोटो दिले.

रोशन सातारकरांना गोरेगावच्या एका कार्यक्रमात ऐकले. रोशन सातारकर स्टेजवर आल्या. त्यांनी लावणी म्हणायला सुरुवात केली.

वारा, हलता झुलता वारा
सांगे सख्याला तारा
टाका पलंग परसदारा

आणि सुरुवातीलाच टाळ्यांच्या कडकडाटात प्रेक्षकांनी त्यांचे स्वागत केले. जेजुरीला त्यांच्या घरी गेलो तेव्हा गोरेगावच्या लोकांचा वन्स मोअर त्यांना आठवत होता. माझी आई, मुलगी शर्वरी, पत्नी माधुरी आम्ही सगळेच त्यांना भेटायला गेलो होतो. गप्पा संपल्यावर माझी आई त्यांना म्हणाली,

येऊ कशी तशी मी नांदायला

ही तुमची लावणी मला खूप आवडते, तुम्ही म्हणून दाखवा.

आणि त्यांनी क्षणाचीही उसंत न घेता लावणी म्हणायला सुरुवात केली. एवढंच नाही तर प्रेमाने आणखी २-३ लावण्या म्हणून दाखवल्या. प्रेक्षकांनी फर्माईश केल्यावर मी कधीच प्रेक्षकांना नाराज करत नाही. कारण, प्रेक्षक हेच आमचे मायबाप. त्यांनीच आमच्यासारख्या कलावंतांची कला जपून ठेवली आहे. त्यांना नाराज करून कसे चालणार? मग त्यांनी वन्स मोअर मिळणाऱ्या लावण्यांच्या कितीतरी आठवणी सांगितल्या.

माझे स्नेही विचारवंत, तत्त्वज्ञ डॉ. सुरेंद्र बारलिंगे साहित्य संस्कृती मंडळाचे अध्यक्ष असताना नगरला आले होते. त्यानंतर त्यांना औरंगाबादला कार्यक्रमासाठी जायचे होते. मी त्यांना म्हणालो, आज तुमचा नगरला मुक्काम आहे आणि मधू कांबीकरांचा 'लावणी भुलली अभंगाला...' हा कार्यक्रम आहे; तेव्हा रात्र गप्पांत घालवण्यापेक्षा आपण त्यांच्या कार्यक्रमाला जाऊ या. डॉक्टरांना माझी कल्पना आवडली. आम्ही कार्यक्रमाला गेलो. तीन तास कसे गेले ते कळले नाही. डॉक्टर म्हणाले, खूप दिवसांनी चांगला कार्यक्रम पाहायला मिळाला.

मधू कांबीकर नगर जिल्ह्यातल्या कांबी गावच्या. परिस्थितीशी झगडत झगडत त्यांनी यश मिळवले. 'शापित'मधला त्यांचा अभिनय, त्यांची भूमिका गाजली. चित्रपट, नाट्य, तमाशा या तिन्ही क्षेत्रांत त्यांनी नाव कमावले. त्यांना भेटायला गेलो होतो. प्रा. जान्हवी केळकर बरोबर होत्या. त्या प्रश्न विचारत होत्या. कॅसेटमागून कॅसेट संपत होती. कांबीकर यांचा प्रवास, आठवणी सारेच काही विलक्षण. त्या लावण्यांचे मुखडे ऐकवीत होत्या. आम्हाला वाटत होते, जणू काही आम्ही थिएटरमध्येच आहोत.

या सगळ्या कलावंतांचे आयुष्य म्हणजे रात्रीचा प्रवास. संध्याकाळ झाली की, त्यांचे जगणे सुरू होते. 'रात्र' हाच यांचा दिवस. या कलावंतांकडून मला त्यांचे रात्री घडत गेलेले आयुष्य समजून घ्यायचे होते. अनेक बऱ्या-वाईट प्रसंगांना तोंड देत या कलावंतांनी थिएटरमधल्या प्रेक्षकाला भरपूर आनंद दिला. रात्रीचा कार्यक्रम संपला की, पुन्हा रात्रभर प्रवास. दिवसा थोडी विश्रांती. जेवण वेळी अवेळी. सतत स्थित्यंतराचा प्रवास. प्रेक्षकांसाठी स्टेजवरून आपल्या अदाकारीने रात्र

रंगवणाऱ्या या कलावंतांनी खूप सोसले; पण ओठावर कुठली तक्रार नाही. रसिकांना आनंद देणे हाच धर्म. या कलावंतांनी सोसलेले आयुष्य पाहिले की, अंगावर काटा येतो. हे सगळं सोसताना; वादळ, वारा, पाऊस अंगावर झेलताना त्यांनी कलेशी प्रतारणा केली नाही. विठाबाई नारायणगावकर या कलावंतिणीने पोटात कळा येत असताना लोकांसमोर नाच केला. लोकांच्या शिट्या चालूच. वन्स मोअरचा आग्रह चालूच. अशा वेळी स्टेजच्या पाठीमागे येऊन स्वत:च दगडानं नाळ तोडली. त्या तान्हुल्याचा आवाज ऐकला. पुन्हा भान विसरून स्टेजवर उभ्या. असं विलक्षण आयुष्य जगूनही या कलावंतांच्या मनात कुठला कडवटपणा नाही. सारे काही प्रांजळपणे सांगितले.

काळू-बाळूसारखे जुळे भाऊ. त्यांनी आपला जमाना गाजवला. दोघांपैकी कोण काळू आणि कोण बाळू? सांगणे अवघड! या जुळ्या भावांनी जे सहन केलं, कष्ट उपसले ते पाहिले की वाटते, या सर्व कलावंतांनी आपल्याला दिलेले देणे न फिटणारे आहे. त्यांच्या ऋणात आपण कायम राहणार आहोत.

ऋतुरंग दिवाळी २००१ च्या रात्र विशेषांकासाठी सविता दामले, टी. एन. परदेशी, वसंत पाटील, जान्हवी केळकर यांनी 'रंगल्या रात्री'च्या अनुभवपटाचे शब्दांकन केले. बाळ ठाकूर यांची रेखाचित्रे लाभली. सुनील मेहता यांनी देखण्या स्वरूपात हे पुस्तक प्रसिद्ध केले. या सर्व कलावंतांचे अनुभव म्हणजे एका मोठ्या काळाचा ऐवज आहे. या कलावंतांचा, सहकार्य करणाऱ्या मित्रांचा मी आभारी आहे.

– अरुण शेवते

अनुक्रमणिका

कृष्णेकाठी सूर गवसले...

यमुनाबाई वाईकर

महाबळेश्वरच्या डोंगरातून उतरलेली कृष्णा वाईजवळ जरा आकार घेऊन संथ होऊ लागते. येथेच तिला पावित्र्याचा पहिला स्पर्श होऊन राहिलेला आहे. शेकडो वर्षांपासून तिच्या काठांवर वेदवाणी निनादते आहे. घाट आणि मंदिरांनी समृद्ध असलेल्या कृष्णेच्या तीर्थामुळे वाई क्षेत्ररूप होऊन राहिली आहे.

कृष्णेच्या दोन्ही अंगाला वाईची वस्ती आहे. शहराची मुख्य वस्ती उत्तरेकडे आहे. गणेश मंदिराजवळच्या पुलावरून आपण नदी ओलांडली की, रस्त्याच्या डाव्या बाजूस असलेल्या वस्तीत शिरावे. साधी बसकी घरं आहेत. नदीच्या दिशेनं वाहणाऱ्या उघड्या गटारींवरून उड्या मारत चालत राहावं. दोन-तीनशे फुटांवर माझं घर आहे.

तीन-चार फूट उंचीच्या जोत्यावर पुढे शहाबादी फरसबंदीचं पंधरा-वीस फुटी अंगण आणि एकामागे एक अशा तीन-चार खोल्यांचं साधं सामान्य घर आहे. लाखे-कुडाळकर-मोहोळकर-पाटकर-घुमरे-डवाळे-नीळकंठ-पंढरपुरे-मुंडाळकर-जातक-खोरागडे-सोनटक्के अशा आमच्या कोल्हाटी समाजाच्या बारा जाती आहेत. तेरावी जात कुदळे म्हणून आहे, ती जरा कमी प्रतीची गणली जाते.

आमच्या या कोल्हाटी समाजाची साठ-सत्तर वर्षांपूर्वीची स्थिती कठीण होती. मुलं आणि पुरुष फण्या विकणं, कसरतीचे खेळ करून दाखवणं असे जुजबी व्यवसाय करीत गावोगाव फिरत असत. समाजात शिक्षणाचा प्रसार नव्हता. अगदी ठरावीक लोकांकडे पेटी-तबला होता. ठरावीक नाचणाऱ्या मुली होत्या, ठरावीक पार्ट्या होत्या. बाकी हा समाज हलाखीचं जिणं जगत होता. पेटी-तबला घेणं काही तोंडाची गोष्ट नव्हती. गाढवं घेऊन या गावाहून त्या गावी हिंडावं, खेडोपाडी प्रवास करीत भिक्षा मागावी यापरता दुसरा उद्योग नव्हता. दहा-बारा वर्षे वयाचे माझे भाऊ फण्या काढायचे; त्या गावोगावी जाऊन विकायचे. चार-दोन आणे मिळायचे, त्यावर संध्याकाळचा वरण-भात होत असे. दिवसभर माझी आई आणि बहिणीबरोबर मी भाकरी मागत हिंडायचे.

वडील दम्याच्या आजारानं त्रासून गेले होते. पूर्वी ते तबला वाजवीत असत; पण त्या आजारानं त्यांना जायबंदी करून टाकल्यानं आठ-दहा वर्षांपासून ते घरीच होते. अशी स्थिती असताना आम्ही एका गावी राहायला गेलो. तिथं शेताच्या बांधावरून उड्या मारतामारता मी आमच्या कसरतीतल्या उड्या मारायचं शिकले. वैली, गालवैली अशी त्या उड्यांची नावं.

रघुनाथ नावाचा माझा मावसभाऊ होता. तो कसरत शिकलेला होता. त्यानं मला उड्या मारताना पाहिलं आणि म्हणाला, चला

माझ्याबरोबर. मुंबईला घेऊन गेला. मग नायगावपासून चौपाटीपर्यंत जिथं जिथं खेळाला जागा मिळेल तिथं तिथं, गल्लोगल्ली आम्ही आमच्या कसरतीचे खेळ करू लागलो. या खेळांना डोंबी असं म्हणत. रघुनाथ मनगटानं दगड फोडायचा, डबलबार, सिंगलबार असं करायचा. मी वेगवेगळ्या प्रकारच्या उड्या मारीत असे. केसांनी दगड उचलीत असे. असे पाच-सहा महिने मुंबईत काढल्यावर आम्ही वाईला परत आलो.

मुंबईत असताना मी ऐकून ऐकून गाणी शिकले होते. मी वेगवेगळी गाणी म्हणत असे. आवाज चांगला होता. झाडता लोटता गाणं म्हणत असे. गाण्याचा मला नादच लागला. माझं गुणगुणणं वडिलांनी ऐकलं. तेही म्हणत की, हिचा आवाज फारच सुंदर आहे. त्याच दरम्यान एका पार्टीत काम करणारा माधव नावाचा माझा दुसरा मावसभाऊ घरी आला. वडील त्याला म्हणाले की, अरे माधव, यमुनाचा आवाज ऐक. तुझ्या पार्टीत हिला घेऊन जा. ही गाणं शिकली तर चांगलंच आहे. आपण तमाशा वगैरे काढू. मग त्यानं मला त्या रंगू-गंगूच्या पार्टीत नेलं. मी लहान म्हणून त्या काही मला घरी ठेवत नसत; त्यांच्याबरोबर सर्वत्र घेऊन जात. मी त्या कसं नाचतात, कसं गातात हे बघत असे. निरीक्षण करीत असे. बघून बघून शिकले. नाचायचं, गायचं सारं असं पाहूनच शिकले. लावणी शिकले. मग माझ्या भावानं मला तराने शिकवले. एकताल, झपताल, आडाचौताला... असं सारं शिकवलं. भावानं मला काही दिवसांनी पाटी-पेन्सिल आणून दिली. क, ख, ग, घ ची बाराखडी शिकवली. मी थोडं वाचायला, लिहायला शिकले. मी त्या बायांची कामं करायची. त्यांची लुगडी धूत असे, त्यांची पानं लावून द्यायची. अशी तिथं आठ-दहा महिने राहिले. मग भावानं मला घरी सोडलं आणि तो तिकडे परत पार्टीत गेला.

तेव्हा मी आठ-नऊ वर्षांची होते. घरी कामं करीत असताना, झाडता-लोटता, केर काढता मी सतत गुणगुणत असे. वडील सारखं म्हणत की, आवाज तर चांगलाच आहे.

त्या दरम्यान आमच्याकडे माझी एक आतेबहीण राहायला

होती. लीला नावाची. ती विधवा होती. तिला एक मूल झालं अन् नवरा वारला. तशी ती माझ्या वडिलांकडे राहायला आली. चांगलं नाचायची. गजल, ठुमरी, लावण्या असं सुंदर गायची. वडील म्हणाले, आपण तमाशा काढू. ही लीला पुढे नाचेल आणि यमुना मागे गाईल. वडील तबलजी होतेच. मग एक हातपेटी घेतली. ती वाजवायला एकजण शोधला. अशा रीतीनं आमचा तमाशा सुरू झाला. प्रथम कोकणात उतरलो. महाडला तमाशा लावला.

हा तमाशा काढण्याआधीची एक गोष्ट सांगते, आईबरोबर भिक्षा मागत असतानाची. मी बाभळीच्या वाळलेल्या शेंगा पायात बांधून नाचायची. त्या शेंगा घुंगरासारख्या काम देत असत. आई गाणं म्हणे - ''हरी वाजवितो बासरी गं, नाना बाळ विनंत्या करी अन् वाजवितो बासरी...'' आईच्या गाण्याच्या तालावर मी नाचत असे. महाड, देवरूख अशी गावं घेत आम्ही भिक्षा मागत फिरत असायचो.

आता त्याच महाडच्या परिसरात आम्ही तमाशाचे खेळ करीत हिंडत होतो. गावाच्या पाटलाकडे जावं, त्यास नमस्कार, चमत्कार करून सांगावं की, आम्ही तमासगीर मंडळी आहोत, गावात तमाशा करू इच्छितो. त्यावर पाटलानं म्हणावं, ''वा वा! तुम्ही तमासगीर आहात होय, मग या संध्याकाळी चावडीवर.'' मग तिथं आमचा तमाशाचा खेळ होई. कधी चार-पाच आणे मिळत तर कधी रुपया-दीड रुपया. कोठे दोन-तीन रुपये मिळाले तर डोक्यावरून पाणी गेलं. त्या काळी लोकांकडे फार पैसा नसे. अशा रीतीनं आम्ही तो कोकणचा दौरा केला. शंभरभर रुपये गाठीला मारून आम्ही घरी परतलो.

स्वतःच्या तमाशातून झालेली ती स्वतःची कमाई होती. त्याचे आम्हा सर्वांनाच कोण कौतुक होते. मग वडिलांनी आमच्या समाजातील सर्व जातींच्या प्रमुख लोकांना बोलावलं. त्यांच्यापुढे ती सारी कमाई टाकली. प्रत्येक जातीच्या प्रमुखाला त्या पैशातील दोन-दोन रुपये दिले. हा असा एक रिवाजच होता आमच्या समाजाचा.

आमचा तो तमाशा म्हणजे आज आपण बघतो तसा तंबू-

कनातीतला तमाशा नव्हता. गल्लोगल्ली-दारोदार फिरून करावयाचा नाच-गाण्यांचा खेळ होता. पहिल्या कोकण दौऱ्यानंतर आम्ही देशावर गेलो, पुन्हा कोकणात गेलो तेथून पाचगणीस आलो. पेटी-तबला पोटाला बांधून ''गाना सुनो... गाना सुनो'' म्हणत बंगल्या-बंगल्यासमोरून फिरायला लागलो. एका मोठ्या बंगल्यातून आम्हाला बोलावणं आलं. मला आठवतं, तो बिकानेरच्या राजांचा बंगला होता. त्यांनी आम्हाला विचारलं... ''ऐ, तुम हिंदी गाना गाते हो क्या?...'' ती माझी बहीण होती ना लीला... ती हो म्हणाली. तिला हिंदी गाणं येत होतं. तिनं गजल, ठुमरी, कव्वाली अशी तीन-चार गाणी पेश केली. ते लोक खुश झाले. त्यांनी आम्हाला पंधरा रुपये बक्षिशी दिली. त्यावर अर्धा डबा डाळ, एक डबा तांदूळ, अर्धा डबा तूप, साखर असा खूप शिधाही दिला... त्याच दिवशी मी शहाणी झाले.

पाचगणीहून पाच-सहा दिवसांनी आम्ही महाबळेश्वरला गेलो. बंगले फिरू लागलो. बंगल्या-बंगल्यांसमोर जाऊन गाणी म्हणू लागलो. त्या दरम्यान एका टॅक्सी ड्रायव्हरनं आम्हाला पाहिलं, आमचं गाणं ऐकलं. बैठक करणार का? असं विचारलं. तिथं महाबळेश्वरला भाऊसाहेब माळवदे नावाचे एक किराणा दुकानदार होते, तो ड्रायव्हर त्यांना जाऊन भेटला. त्यांना सांगितलं की, आपल्या गावात तमासगीर मंडळी आलीत, आपण त्यांचा खेळ करू. रात्रीच्या वेळी वेगवेगळ्या पॉइंटवर बत्ती लावून आमचा तमाशा करायचं त्यांचं ठरलं. त्यानुसार एका पॉइंटवर बत्तीच्या उजेडात रात्रीच्या वेळी तास-दीड तासाची माझी पहिली बैठक झाली. आसपास खोल दऱ्या आणि गर्द झाडी होती. थंडीचा सीझन असल्यामुळे कडाक्याचा गारठा होता आणि मी नाचत होते, गात होते. मला न्हाण येऊन आठ-दहा दिवस तर झाले होते. मग भाऊसाहेबांनी वेगवेगळ्या पॉइंटवर माझ्या अशा आठ-दहा बैठका केल्या. कधी बत्तीच्या तर कधी पलित्यांच्या उजेडात. माणसं अशी पलिते धरून उभी असायची. तेवढ्यापुरता उजेड असे. तो मला नाचायला, गायला पुरेसा होई. बाकी खाली - वर सारा अंधारच होता. भाऊसाहेबांनी मला एक साडी घेतली. तिचं

नाव ‘यमुनाजळी’. ती मला मिळालेली पहिली साडी. त्या वेळच्या पाच रुपयांचं ते लुगडं होतं. महाबळेश्वरात पंधराएक दिवस राहून मग फिरत फिरत आम्ही कोकणात गेलो. त्या दौऱ्यात आम्हाला पाचशे रुपये मिळाले. पुन्हा घरी परतलो. समाजातील आमच्या साडेबारा जातींची प्रमुख माणसं बोलावून त्यांना रीतीरिवाजानुसार वाटा दिला. हा रिवाज सर्वजण पाळीत असत. जेवढ्या म्हणून पार्ट्या होत्या समाजातल्या, त्या असंच करीत असत.

मग शहरांतून फिरायचं ठरलं. पुणे, चिंचवड, पेण, पनवेल अशी गावं फिरू लागलो. गावोगावचे उरूस करू लागलो. या उरूसांमध्ये आमची दशादशा होत असे. लोक आमचे हात रक्तबंबाळ करीत असत. पब्लिकच्या हातातला पैसा घ्यायचा तर आम्हाला हात पुढे करावा लागे, त्या वेळी माणसांनी आमचे हात धरावेत आणि नखांनी ओरबाडून काढावेत. माझा भाऊ फार तापट होता, त्याला ते काही सहन होत नसे. अशा वेळी अनेकदा त्यानं तमाशा बंद करावा आणि आम्हाला घरी परत न्यावं...

पुढच्या वर्षी आम्ही परत तमाशा घेऊन निघालो. उरूस करीत करीत हाजी मलंगला गेलो. तिथं तो ब्राह्मण आम्हाला भेटला, शंकरराव कुलकर्णी. तो आमचं गाणं ऐकून खुश झाला. म्हणाला, “वेड्यांनो, अरे असं पेटी-तबला घेऊन गावोगाव काय फिरता? चला मुंबईला, मी तुम्हाला दिवाणखाना देतो. तेथे तुम्ही बैठकी करा.” त्या शंकरराव कुलकर्णी यांनी आम्हाला हाजी मलंगहून मुंबईला नेलं. त्यांनी दिवाणखाना भाड्यानं घेतला. तिथं आम्हाला टांग्यातून नेलं. माझं गाणं रस्त्यावरून दिवाणखान्यात आलं.

त्याआधी झालं काय की, मी शहाणी झाले होते, चांगली गात होते आणि नाचतही होते; त्यामुळे गावोगाव माझी जास्त चाहदारी आणि वाहवा होऊ लागली. इस्लामपूर, ताकारी, दुधारी या गावांतून माझी खूपच चाहदारी झाली. ती किती व्हावी? या गावांमधून मला जवळजवळ पन्नास-साठ लुगडी मिळाली. देशावर आम्ही तमाशा घेऊन हिंडत होतो ना तेव्हाची गोष्ट. लीला नावाची आतेबहीण होती आमच्याबरोबर; तिला काही माझी ही वाहवा सहन झाली नाही. आम्ही इस्लामपुरात असताना ती

आम्हाला सोडून गेली. आम्ही दोघी बहिणी राहिलो. तारा आणि मी. तिथून आम्ही हाजी मलंगला आलो आणि नंतर शंकरराव कुलकर्णी यांच्याबरोबर मुंबईला आलो.

दिवाणखान्यातल्या बैठकी रंगू लागल्या आणि एकदा अशीच एक बैठक रंगात आली असताना एका माणसानं मला खेचली आणि मिठीच मारली. माझ्या भावाला त्या गोष्टीचा फार राग आला. तो त्या लोकांना बोलला, ''लाज नाही वाटत? यासाठी आम्हाला इकडे आणलंत का? भिक्षा मागून खाऊ; पण तुमच्या दिवाणखान्यात परत येणार नाही.'' असं स्वाभिमानाचं बोलला. आम्ही दिवाणखाना बंद केला.

आता काय करायचं? कोणीतरी आम्हाला सांगितलं की, भुलेश्वरचे लोक फार चांगले आहेत; ते कदाचित तुम्हाला आश्रय देतील. त्याप्रमाणं आम्ही बहीण-भावंडं तिथं गेलो. भुलेश्वरला भाऊ फुलवाले म्हणून होते. तेथील सर्व दुकानदारांचे ते पुढारी होते. त्यांच्याकडे गेलो. त्यांच्यासमोर आम्ही आमची कैफियत मांडली. हाजी मलंगची जत्रा, कुलकर्णी... दिवाणखाना असं सारं सांगितलं. झालेला अपमान सांगितला. पाच-सहा दिवस झाले तमाशा बंद आहे, आम्ही खायचं काय? देशावर जायचं कसं? असं भाऊ फुलवाले यांना विचारलं. ते म्हणाले, मी काय करू? मी म्हणाले, मी चांगलं गाते, माझ्या बैठका ठेवा. ठीक आहे म्हणून त्यांनी त्याच दिवशी रात्री बैठक लावली.

झालंऽ ती बैठक काय झाली न् माझं नाव होऊ लागलं. रोज बैठकी होऊ लागल्या. त्या फुलवाल्यांकडे फुलं घ्यायला ठिकठिकाणचे लोक येत. त्यांच्याकडून आम्हाला बैठकांसाठी आमंत्रणं येऊ लागली. दादर, लालबाग, अंजिरबाग, चिरेबाजार अशा ठिकाणी आमच्या बैठका होऊ लागल्या. असे पाच-सहा महिने गेले. या काळात आम्हाला पाच-सहा हजार रुपये मिळाले. नंतर आम्ही वाईला परतलो. वडिलांनी मला पाच तोळ्यांच्या बांगड्या केल्या. चाळीस रुपये तोळा सोनं होतं त्या वेळी.

परत पाच-सहा महिन्यांनी आम्ही भावंडं आमची पार्टी घेऊन दौऱ्यावर निघालो. आमच्या माघारी तिकडे वडिलांनी आमचं एक

गाढव होतं ते चाळीस रुपयांना विकलं. एक गुंठा जागा घेतली. आम्ही उरूस, जत्रा करीत करीत मुंबईस पोहोचलो. तोपर्यंत वडिलांनी विटा घेतल्या, पत्रे घेतले आणि त्या जागेवर लहानसं घर बांधलं. माझ्या वडिलांनी हे फार मोठं काम केलं. त्यांचे मोठे उपकार आहेत माझ्यावर. वडिलांमुळे मला हक्काचा निवारा मिळाला. आज मी बावीस माणसांचा कुटुंब कबिला घेऊन त्या घरातच राहत आहे. वडिलांनी घेतलेल्या जागेला लागून नंतर मला आणखी मोकळी जागा मिळाली; मग मी त्यांनी बांधलेलं घर वाढवलं ही गोष्ट वेगळी! मात्र, या घराच्या मूळ चार भिंती माझ्या वडिलांच्या आहेत हे मला विसरता येत नाही. आम्ही जन्मजात बेघर माणसं; त्यामुळे हक्काच्या चार भिंतींचं आम्हाला मोठं अप्रूप असतं. ''कल्पवृक्ष कन्येसाठी लावुनिया बाबा गेला-'' असं लताबाईंनी त्यांच्या वडिलांसाठी गाणं म्हटलं आहे. माझ्या बाबतीत हे घर म्हणजेच माझ्यासाठी माझ्या वडिलांनी लावलेला कल्पवृक्ष आहे.

तिकडे भुलेश्वरला आमच्या बैठका चालूच होत्या. माणसं येत होती. माझं गाणं-लावण्या ऐकून दाद देत होती. वाहवा म्हणत होती. त्यातील एक-दोघांनी थिएटरची गोष्ट काढली. ते लोक भाऊसाहेब फुलवाले यांना म्हणाले, ''काय रे भाऊ! ही यमुना इतकं चांगलं गाते. आपण हिची पार्टी थिएटरला लावू.'' त्यावर भाऊ म्हणाले की नको, मुलींचं वय अठराचं असल्याशिवाय थिएटरला पार्टी लावायला नको. त्या वेळी तमाशातील दोन मुलींना त्या कमी वयाच्या असल्यानं पोलिसांनी रिमांड होमला टाकलं होतं; म्हणून भाऊंनाही काळजी लागून राहिली होती. त्यावर ती माणसं म्हणाली की, त्या थिएटरचा मालक मोठा जहांबाज आहे, तो सर्वांना पुरून उरेल. या मुलींना काही होऊ देणार नाही. यांना स्टेजवर जाऊ द्या.

मग थिएटरला पार्टी लावायची असं ठरलं; पण आमच्याकडे पायपेटी नव्हती. भाऊ म्हणाले की, तुम्ही चार-पाच बैठकांचे पैसे माझ्याकडे साठवायला द्या. मग आपण पायपेटी घेऊ. त्याप्रमाणं आम्ही पैसे साठवले आणि भाऊसाहेबांनी त्या पाचशे रुपयांत एक पायपेटी, दोन तबले आणि एक डग्गा घेऊन दिला. माझ्या पार्टीचं माझ्या पैशानं घेतलेलं ते पहिलं साजसामान. ती पायपेटी अजूनही

माझ्याकडे आहे.

अशा रीतीनं आमची पार्टी थिएटरला लागली. पार्टीचं नाव होतं, 'यमुना-हिरा वाईकर पार्टी.' गल्ली-बोळात, रस्त्यावर गळ्यात अडकवलेल्या हातपेटीच्या सुरावटीवर नाचगाणं करणारी मी अशी थिएटरच्या स्टेजवर आलेली पाहून माझ्या चाहत्यांना फार आनंद झाला. थिएटरच्या स्टेजवरील पहिल्या रात्रीचा तो पहिला शो मला अजूनही आठवतो. मी वाद्यांच्या तालावर ठेका धरीत स्टेजवर प्रवेश केला तोच माझ्या एका रसिक चाहत्यानं टोपी भरून चवल्या-पावल्या आणल्या होत्या त्या माझ्यावरून साऱ्या स्टेजभर उधळून दिल्या. तिथं आम्ही वर्षभर राहिलो. आम्हाला आठ-दहा हजार रुपये मिळाले. आमच्याबरोबर असलेल्या चुलत भावाने आम्हा दोघी बहिणींना पाच-पाच तोळ्यांचा पुतळ्यांचा हार आणि तीन-तीन तोळ्यांची गोखरं असे सोन्याचे दागिने केले. हा गोखरांचा साज जरासा काटेरी असायचा. आता तो कोणी करतही नाही आणि बाजारात पाहायलाही मिळत नाही.

वर्षभर थिएटरला राहून आम्ही परत वाईला आलो. माधवाचं - चुलत भावाचं लग्न केलं. त्या काळातलं ते आमचं साटंलोटं. पारू नावाच्या माझ्या सख्ख्या बहिणीला नीळकंठांकडे दिली होती आणि त्या नीळकंठांची मुलगी माधवला केली होती. नीळकंठ ही आमच्यातली एक जात.

मुंबईच्या त्या थिएटरच्या मालकांचं नाव होतं बांगडीवाले शेठ. भावाच्या लग्नानंतर आम्ही परत मुंबईस गेलो तर ते शेठ म्हणू लागले की, तुम्ही येथे वर्षभर राहिलात, आता कोल्हापूरला गेलं पाहिजे. भावानं नकार दिला म्हणाला की, आम्ही कोल्हापूरला जाणार नाही. तिथले लोक फार डांबरट; मुलींना उचलून नेतील. शेठजींनी काय करावं? त्यांचं आम्ही ऐकत नाही म्हणून आमची पार्टीच बंद केली. पाच-सहा दिवस झाले. आमचे खायचे वांधे होऊ लागले. मग भाऊ आम्हाला म्हणाला, चला, कोल्हापूर तर कोल्हापूर. इथं कुठं उपाशी मरता? मग तो शेठकडे गेला. त्यांनी आम्हाला कोल्हापूरला पाठवलं.

कोल्हापूरला लीला कर्नाटकी म्हणून होत्या, त्यांच्या मालकांचं

थिएटर होतं. ते भाड्यानं घेतलं. लक्ष्मीपुरीतील त्या वसंत थिएटरमध्ये लीलाबाईंची पार्टी चालू होतीच. आणखी आमचीही पार्टी लागली. त्या बाईंनी आधी त्यांचा खेळ केला. मग आमची पार्टी सुरू झाली. आमच्यामध्ये एक ट्रम्पेटवाला होता. तराना आणि गवळण झाल्यावर त्या ट्रम्पेटवाल्यानं म्युझिक वाजवलं. त्या तालावर ठेका धरला. स्टेजवरून सैनिकांसारखी तालासुरात परेड करीत 'चल चल रे नौजवान...' हे गाणं सुरू केलं. गाण्याच्या तालावर पब्लिकही नाचू लागलं. गाणं संपलं. पब्लिकनं थिएटर डोक्यावर घेतलं. त्या गाण्यासाठी मला मोठा वन्स मोअर मिळाला. नंबर वन पार्टी, नंबर वन पार्टी असं जो तो म्हणू लागला... माझा खूप गाजावाजा झाला. वर्षभर तिथं राहिलो. त्या काळात थिएटर हाउसफुल असायचं. तिकीट मिळत नव्हतं. आमच्या पार्टीनं चांगली दहाएक हजाराची रक्कम गाठीला मारली. साठ साड्या मिळाल्या. त्या कशा ते सांगते, त्या काळात सोलापूरची दोन रसिक माणसं इतकी नादावली की, आठवड्यातून दोन-दोनदा त्यांनी कोल्हापूरला आमच्या पार्टीचं गाणं आणि लावणी ऐकण्यासाठी यावं. एक होते येंडीकर आणि दुसरे होते वांगीकर शेठ. ते आले की, माझ्या पार्टीतल्या लता आणि मंगला यांना घेऊन बैठका करीत. प्रत्येक बैठकीत त्या दोघींना त्यांच्याकडून नवी साडी मिळे.

कोल्हापूरचं पब्लिक जसं रांगडं तसंच रसिकही होतं. माझ्या अदाकारी आणि लावणीवर थिएटरवर येणारं पब्लिक फिदा होतं. एखादा जाणकार आणि रसिक माणूस अगदी एकट्याकरिता बैठकीचा आग्रह धरी. मी अशा खासगी बैठकीची साठ रुपये बिदागी घेत असे. एका माणसाला अशा खासगी बैठकीचा शौकच जडला. त्याच्या माडीवर बैठक होत असे. रात्री उशिरा सुरू झालेली ही बैठक कधाकधी सकाळी आठ-आठ वाजेपर्यंत चालत असे. माझी लावणी त्या वेळी ऐन बहरात होती. जसजशी रात्र चढत जात असे तसतशी ती लावणी रातराणीसारखी मदमस्त फुलत जात असे. विडे रंगत असत. मी एकामागून एक बैठकीच्या लावण्या पेश करीत असे. मोजकी माणसं असायची अशा बैठकीत. पद्धत अशी होती की, एकासमोर बसायचं, एक लावणी पेश करायची

मग एक रुपया बिदागी मिळे. बैठकीच्या शेवटी सरत्या रात्री - पहाटे पहाटे मी अगदी उंच स्वरात भैरवी म्हणत असे. एखाद्या पक्ष्याच्या शिळेसारखे माझ्या गाण्याचे सूर त्या शांत वातावरणात घुमत घुमत थेट कावळ्याच्या नाक्यापर्यंत जात असत. त्या नाक्यावर देसाई इनामदारांचा बंगला होता. पहाटेच्या वेळी ऐकू येणाऱ्या माझ्या गाण्यामुळे ते हरखून जात. शाबासकी देत. म्हणत की, यमुना, भैरवी म्हणावी तर तूच, काय आवाज लागतो तुझा. कधीकधी ते थिएटरवर येत असत.

कोल्हापुरातला एक प्रसंग आठवतो. एक पाटील होता. मोठाच दांडगट होता. सारेजण त्याला टरकून असत. तो अंघोळीला बसलेल्या बाया उचलून नेत असे. एकदा त्यानं स्टेजवर येऊन एका मुलीचा हात धरला आणि पिरगळला. ती गयावया करू लागली, त्याच्या पाया पडू लागली; पण तो काही ऐकेना. त्याचा मजबूत पंजा तिच्या हातातील तोड्यावर आल्यानं तो तोडा तिच्या हातात रुतला आणि तिच्या हातातून टपाटपा रक्त पडू लागलं. ते पाहिल्यावर त्याला दया येऊन तो म्हणाला की, ठीक आहे, तुझी मर्जी नाही ना? मग मी तुला नेत नाही. थिएटरवर माझी पार्टी चालू असताना तो पाटील अचानक थिएटरच्या दारावर ट्रकभर माणसं घेऊन आला. त्यानं जाहीर केलं की, जी कोणी बाहेर येऊन माझ्या हातातला रुपया घेईल ती माझी बहीण. नाहीतर मी तिला स्टेजवरून उचलून नेईन. थिएटर मालकानं स्टेजवर येऊन मला त्या पाटलाचं बोलणं सांगितलं. पाटलावर काही कोणाचा विश्वास नव्हता. बाहेर नसते गेले तर त्यानं आत येऊन दंगामस्ती केली असती. मी बाहेर गेले तरी त्याचा काही भरवसा नव्हता. काही झालं तरी आज हा आपल्याला उचलून नेणारच असं वाटलं. मी बाहेर गेले आणि त्यानं शब्द पाळला नाही तर तो खोटा ठरेल. चारचौघांत त्याच्या शब्दाला किंमत राहणार नाही हे सारं खरं... पण त्यानं उचलून नेलं तर आपली बेइज्जती होईल त्याचं काय? विष घेईन, जीव देईन, आत्महत्या करीन; पण मी स्वतःची बेअब्रू होऊ देणार नाही असं मनाशी पक्कं ठरवलं आणि म्हणाले की, काय व्हायचं ते होऊन जाऊ द्या. वाघ म्हटलं तरी

खातोय अन् वाघ्या म्हटलं तरी खातोय. मी पदर खोचला अन् गेले बाहेर. तो ट्रकमध्येच बसून होता. मी त्याचा रुपया घेतला. त्याबरोबर तो म्हणाला - "शाब्बास यमुना! तू आता माझी बहीण झालीस." एवढं बोलून तो निघून गेला. मी देवाला हात जोडले आणि त्या रात्री स्टेजवर येऊन बहार उडवून दिली.

कोल्हापूरला वर्षभर राहून आमची पार्टी मुंबईला गेली. तिथून पुन्हा आम्ही कोल्हापूरला आलो. कोल्हापूर झालं की, मुंबई आणि मुंबई झाली की, कोल्हापूर असं सारखं पाच-दहा वर्षं चाललं होतं. या दोनच गावांत आम्ही फिरत होतो.

व्यवसाय वाढवला पाहिजे असं आम्ही सर्वांनी मिळून ठरवलं. मग मी तंबू काढला. माझ्याकडे एक बस आणि एक ट्रक अशा दोन गाड्या आल्या. त्या दरम्यानच माझे भाऊ वारले. नंतर काहीतरी घडत गेलं आणि धंदा बसू लागला. फायद्याचं गणित जमेना. जे काम हाती घेतलं ते सोडवतही नव्हतं. माझ्याकडे दोनशे तोळं सोनं होतं. दरवर्षी त्यातील थोडंथोडं करीत सारं सोनं पाचेक वर्षांत गहाण पडलं. तंबूला अगदीच पडती कळा आली. परिस्थिती अशी आली की, तीन महिने आम्ही सर्वजण नुसतं वांगं आणि भाकरी खाऊन राहिलो. मग शेवटी तंबू बंद करून घरी वाईला येऊन राहिलो. दोन्ही गाड्या उभ्या केल्या. आमच्या अंगावर धड कपडा राहिला नाही इतकी बिकट स्थिती आली.

मंगला आणि लता या माझ्या भाच्या चांगलं काम करीत असत. घरी बसून फाके पडू लागले म्हणून मी या दोन मुलींना दहा-दहा रुपयांच्या 'गरिबी हटाव' साड्या घेऊन दिल्या. त्यांना कोल्हापूरला पाठवलं. थिएटरला पार्टी लावली. दहा-बारा दिवस झाले तोच पार्टी चांगली चालू झाली. अंबाबाईची कृपा झाली.

तमाशा क्षेत्रातील मुंबईचे मोठे ठेकेदार मधूशेठ नेराळे त्याच काळात कोल्हापूरला आले. त्यांनी माझ्या मुलींचं काम पाहिलं, मी तोपर्यंत काम सोडलेलं होतं. ताराबाईही आता मागे उभ्या असत. मधूशेठ म्हणाले की, बाई तुमची पार्टी मुंबईला लावायची. मी थोडंफार सोनं सोडवलं आणि आम्ही मुंबईला गेलो. आमचे पुन्हा कोल्हापूर-मुंबई असे दौरे सुरू झाले. मध्यंतरी मी पुण्यालाही

पार्टी घेऊन गेले होते.

पूर्वी लालबागला पार्टी असतानाची गोष्ट. आमच्या समाजातलाच एक मुलगा माझ्याकडे आला आणि म्हणाला की, आत्या, तुझं एवढं नाव आहे, समाजातील लोक तुला मानतात. आपण आपल्या समाजातील मुलांसाठी शाळा काढू. तो मुलगा आमच्या समाजातील पहिला पदवीधर होता; त्यामुळे त्याचं बोलणं मला टाळता येईना. मला या कामातलं काही ठाऊक नव्हतं, मी त्याला म्हणाले की, ही शाळा काढायची कशी? पैशाचं काय? तर त्यानं सांगितलं की, आपण त्यासाठी निधी जमा करू.

सगळ्या मुंबईत माझ्या ओळखी होत्या. मी जिकडे जायची तिकडे पैसे मिळायचे. त्या कामासाठी क्रॉफर्ड मार्केटपर्यंत मी पायी फिरले. त्या पोराची शाळेसाठीची तळमळ मला जाणवली म्हणून मलाही आपल्या हातून एक चांगले काम होतेय या भावनेनं ते करण्याची नवी उमेद आली. त्या काळात पाचेक हजार रुपये गोळा झाले. ते आम्ही बँकेत ठेवले. नंतर नक्की काय झाले काही समजले नाही; पण तो तरुण मुलगा माझ्याकडे येईनासा झाला. त्याचा काही ठावठिकाणा लागेना. जणू तो गायबच झाला. आजपर्यंत पुन्हा तो मला भेटलेला नाही. त्याच्या अशा गायब होण्यामुळे ते शाळा प्रकरण थांबल्यासारखं होऊ नये म्हणून मी माझ्या परीनं काही प्रयत्न करीत होतेच.

मराठा पेपरचे एक उपसंपादक होते, भावे नावाचे. त्यांची माझी जानपहचान होती. ते नेहमी थिएटरला येत असत. त्यांच्याशी मी नेहमी त्या शाळा प्रकरणाविषयी बोलत असे. ते एकदा म्हणाले की, "अग यमुना! तुझ्या कोल्हाटी समाजातील लोकांना राहायला घरं नाहीत आणि शाळा कसली काढतेस? तू आधी स्वतःच्या समाजातील लोकांची राहण्याची व्यवस्था कर. तू आणि मी जर ठरवलं तर हे काम होईल. माझी सरकारदरबारी ओळखपाळख आहे. तू एखादा कार्यक्रम ठरव, साऱ्या महाराष्ट्रातून तुझ्या समाजातील लोक बोलाव. मी त्या कार्यक्रमाला मिनिस्टर आणतो. मंडप, स्टेज, लाउडस्पीकर अशी व्यवस्था कर. मिनिस्टरच्या चहापाण्याची सोय कर. बाकीचं मी बघतो.''

मला काही खरं वाटेना, पण भावे यांनी मला धीर दिला; मग मी पण कामाला लागले. महाराष्ट्रात सगळीकडे बोलावणी धाडली. भावेंनी त्या कार्यक्रमाला खरंच मिनिस्टरला आणलं. पडवी नावाचे ठाकर समाजाचे ते गृहस्थ होते. बांधकाममंत्री होते.

कार्यक्रमाला सगळीकडून आमच्या समाजाचे लोक आले होते. मंत्रीसाहेबांनी आमची घरं पाहिली. बैलगाडीवर जसं गोल छप्पर असतं ना तशा गोलाकार छपराची आमची घरं असतात. आठ-दहा किंवा बारा फूट लांबीची एखाद्या लांबट बोळासारखी चिंचोळी घरं. कापलेले गवत हातानं विणून घट्ट तट्टे बनवायचे, हे तट्टे गोलाकार वाकवून त्याचं छप्पर बनवीत असत. त्याला ना पडदा ना आडोसा. त्यात पोरांचं लेंढार, म्हातारे-कोतारे त्यातच आणि नवरा-बायकोचं हितगुजही त्यातच. भावे यांनी मिनिस्टरला ती घरं दाखविली. त्यांनी सांगितलं की, बघा साहेब! या लोकांची घरं. यांची बाई या खुराड्यातच बाळंत होते. कुटुंबातले सारेजण दाटीवाटीनं इथंच राहतात. मिनिस्टर खालच्या समाजातले असल्यानं त्यांना आमची परिस्थिती समजावून घ्यायला काही अडचण पडली नाही. त्यांनी मदतीचं आश्वासन दिलं आणि दिलेला शब्द पाळला. एका महिन्यात आमच्या घरांसाठी म्हणून एक लाख दहा हजार रुपये पाठवले.

माझे भाऊ, विठ्ठल लाखे आणि एक मुलगा यांनी घरांच्या योजनेसाठी वाईत जागा खरेदी केली. पहिल्या पन्नास घरांची त्यांनी आखणी केली. ती पहिली घरं त्यांनी बांधली. पुढे या कामात गैरप्रकार होऊ लागले म्हणून मी आणि माझे भाऊ यांनी त्यातून अंग काढून घेतलं. एक चेअरमन गेला आणि त्या जागी दुसरा आला तरी काही फरक पडला नाही. मी त्या योजनेकडे पुन्हा कधीच फिरकलेही नाही. माझ्या समाजासाठी काही चांगलं काम करण्याची माझी इच्छा होती; पण अशा कामांसाठी सगळ्यांचीच प्रामाणिक साथ पाहिजे, ती मिळाली नाही.

बुवा काळोखे हे तबलावादक म्हणून होते. एकदा ते मला म्हणाले की, बाई, आपण आळंदीला मठ बांधू. आम्ही तिथं गेलो तर पावसाळ्यात आमचे हाल होतात. आमच्या समाजाचा आळंदीला

मठ नव्हता. मी त्यास म्हणाले, बाबा रे, मठ बांधायचा तर पैसा कोठून आणणार? मग बुवा काळोखे, मी आणि आणखी दोन-तीनजण होते त्या सर्वांनी दोन-दोन हजारांची वर्गणी काढायचे ठरले, त्याचे दहा हजार जमले. आळंदीला जागेची चौकशी केली तर त्यासाठी कमीतकमी साठ-सत्तर हजाराची रक्कम लागत होती. बुवानं विचारलं, बाई, तुमच्याकडे त्या शाळेच्या वर्गणीतले पैसे आहेत त्याचं काय? आम्ही बघितलं तर त्या दोन हजारांचे तेरा हजार झाले होते बँकेत. मग दौरा करायचा ठरलं. बुवाच म्हणाले, बाई आपण दौरा काढू, सगळ्या पार्टीवाल्यांकडे पैसे मागू. त्याप्रमाणं आम्ही दौरा केला. आम्हाला वर्गणीतून पंचावन्न हजार रुपये मिळाले. अशा रीतीनं पुरेसे पैसे जमल्यावर आळंदीला जागा घेतली. पुण्याला तरडे नावाचे एक गृहस्थ आहेत, त्यांनी त्या जागेवर इमारत बांधून दिली. माझ्याकडून ही एक कामगिरी समाजासाठी झाली.

मनानं घेतलं की, वाईत पांडुरंगाचं देऊळ बांधावं, भिक्षा मागून पैसे गोळा केले आणि देऊळ उभारलं. काही ठिकाणी मंदिरांची बांधकामं चालू होती; तिथं कुवतीनुसार हजार-पाचशेची वर्गणी मी दिली.

मी वयोमानामुळे काम थांबवलं होतं, अशा वेळी मधूशेठ नेराळे माझ्याकडे आले. म्हणाले, बाई, चला दिल्लीला; सरकारदरबारी तुमचा कार्यक्रम करू. माझी लावणी आणि अदाकारी दिल्लीच्या दरबारी दाखवण्याची त्यांची इच्छा होती. त्यांनी बाहेरच्या चार मुली घेतल्या होत्या. दिल्लीला एका मोठ्या थिएटरमध्ये तो कार्यक्रम होता. बिरजू महाराज होते, आणखी मोठमोठे कलाकार तिथं आले होते. आमच्या पार्टीचा कार्यक्रम सुरू झाला. आधी त्या चार मुलींनी लावणी पेश केली. मग मी उभी राहिले. म्हणाले की,

ऐ दिल्लीके रहनेवालो,
हम कलाकारोंकी कदर करनेवालो,
आपने बच्चे लोगोंका गाना तो सुनाही है।

लेकिन मैं पचहत्तर सालकी बुढ्ढी हूँ
गाना गाते गाते मैं अदा करती हूँ।
देखो वह गाना गाते गाते या
अदा करते करते मुझसे कोई भूल होती है,
तो आप मुझे माफ करना।
इतना कहकर मैं अपना गाना शुरू करती हूँ...

माझं हे बोलणं संपताच संपूर्ण थिएटरभर टाळ्यांचा कडकडाट झाला.

त्यानंतर मी वन्स मोअरची दाद मिळवीत एकापाठोपाठ एक अशा तीन-चार लावण्या पेश केल्या.

तीन लावण्या

१. पंचकल्याणी घोडा अबलख गऽ
जीनावर कलाबत लखलखी गऽ
सूर्य बाणऽ कलगीचे पान
झुकवर हंबीर बसले ग बसले
छुम छुम छन छन पायावर झांजर...

२. डोळे तुमचे जादुगरी
माझ्याकडे पाहू नका
पती माझे देशावरी
त्यांची चिंता कोण करी
पत्र त्यांना पाठविते
फार दिवस राहू नका -

३. कुठवर पाहू वाटऽ
माथ्यावर चंद्र कसा ग ढळला जीऽ
सखे बाई गं
येण्याचा वखत टळला जीऽ
येत असेल माझ्याकडे

सखा गं बाईऽ
कोण्या सवतीचा निरोप
कळला जी
सखे बाई गंऽ
दिली थाप -
मधेच वळला जी ऽ...

दिल्लीच्या त्या कार्यक्रमानंतर मधूशेठ मला ठिकठिकाणी नेऊ
लागले. जिकडेतिकडे माझा बोलबाला होऊ लागला. माझी प्रसिद्धी
झाली. मला पुरस्कार मिळू लागले. मग जागतिक मराठी परिषदेच्या
पुणे अधिवेशनात माझा कार्यक्रम झाला. तेथे एक तास बिरजू
महाराजांचा आणि माझा जुगलबंदीसारखा कार्यक्रम झाला. हे बिरजू
महाराज दिल्लीच्या कार्यक्रमात मला म्हणाले होते की, ''मां, मैं तेरे
पेटको क्यूं नही आया?...''
मला मिळालेल्या पुरस्कारांत संगीत नाटक अकादमीचा पुरस्कार,
मध्य प्रदेश शासनाचा पुरस्कार आणि महाराष्ट्र सरकारचा पुरस्कार हे
मोठे सन्मानाचे पुरस्कार लाभले. पंचवीस हजारांचे, लाखाचे हे
पुरस्कार स्वीकारताना मला माझ्या बालपणापासूनचे ते कष्टाचे दिवस
आठवायचे. मुंबईच्या थिएटरात कोणी देऊ केलेले दहा पैसे घेण्यासाठी
त्या माणसापर्यंत पळत जावं लागे, पब्लिकला चेव यायचा आणि
दहा-दहा पैशांसाठी माझी दमछाक व्हायची. अशा किती चकरा
व्हायच्या त्याला गणती नसायची. गाणंही म्हणायचं आणि त्या दहा
पैशांसाठी पळायचंही, स्टेजपासून त्या माणसापर्यंत पळत जायचं
आणि पळतच परत यायचं. भरल्यापोटी करायचं हे काम नव्हतं.
जेवायचं तर पळणार कसं? म्हणून दुपारनंतर काही खायचं नाही.
कामापुढे भुकेची जाणीव होत नसे. असं उपाशी राहायची सवयच
झाली होती. रात्र चढत जायची तसतसा आमच्या पावलांचा वेग
वाढत जात असे. उत्तररात्री थिएटर रिकामं झालं की, चाळ सोडायचे,
चार घास खायचे आणि थकल्याभागल्या अंगाचं मुटकुळं करून
झोपी जायचं.

लाखा-लाखाचे पुरस्कार स्वीकारताना अशा अनेक रात्री माझ्या डोळ्यांसमोर उभ्या राहत होत्या.

अजूनही मी एकटी बसलेली असते तेव्हा माझ्या नजरेसमोर पब्लिकनं भरलेली थिएटरं येतात. थिएटरभर भरून राहिलेले वन्स मोअरचे आवाज आणि टाळ्यांचे कडकडाट कानात गुंजतात... आयुष्यभर खस्ता खाल्लेली माझी आई आठवते. तिनं मला अनेक लावण्या शिकवल्या. त्यातील एक माझी फार आवडती आहे; मी कधीकधी एकांतात ती लावणी गुणगुणत बसते...

मध्यरात्र लोटली
छबिल्या, सोडा मजला
जाऊ द्या रे ऽ
सोडा मजला. जाऊ द्या रेऽ
अजूनि तुम्हाला कंटाळा येईना
जीव तरी माझा दमला ऽ
आजची बाकी मी उद्या देईन
सोडा मजला. जाऊ द्या रे ऽ
शपथ तुला रे गंगेची
माझ्या कंठीत प्राण उरला ऽ
तुम्ही बाई सराईत गं ऽ
फार पारखी जीवलगा
सोडा मजला. जाऊ द्या रे ऽ
हाडं फासळ्या झाल्या खिळखिळ्या
कंठात प्राण उरला
दोन मांड्यांमध्ये ऽ
दोन मांड्यांमध्ये बाई गं ऽ
मांस दडपिले
वेणीचा बुचडा सुटला रे ऽ
उसन भरली
चोळी बाई चिरली ऽ
कमरेत लचक भरली ऽऽ...

सोडा मजला.
आजची बाकी मी उद्या देईन...
सोडा मजला.
जाऊ द्या रे ऽ

शब्दांकन : **टी. एन. परदेशी**

∎

ऊन-पावसाचा खेळ

विठाबाई नारायणगावकर

आमच्या घराण्यात तमाशा आणि गाणे-बजावणे यांचा काही पिढीजात वारसा नव्हता. साठ-सत्तर वर्षांपूर्वीची गोष्ट आहे. माझे वडील भाऊ मांग हे त्यांच्या वाडवडिलांप्रमाणेच आमच्या नारायणगावात परंपरेनं चालत आलेलं गावकीचं काम करीत होते. दवंडी द्यायची आणि तत्सम कामे करून पोट भरायचं हाच आमचा उद्योग होता. दवंडीच्या निमित्तानं मांगाच्या हातात डफडं असायचंच; पण माझ्या वडिलांचा डफड्याशी त्याहून अधिक संबंध होता. माझे वडील जन्मजात हरहुन्नरी

कलावंत होते. त्यांचा आवाज चांगला होता आणि त्यांनी ठिकठिकाणांहून लावण्या गोळा केल्या होत्या. त्यांचा पुतण्या बापू हाही तसाच हरहुन्नरी कलावंत होता. या कलावंत चुलता-पुतण्याच्या जोडीला नेमकं काय करावं ते सुचत नव्हतं. शिळ्यापाक्या तुकड्यासाठी गावकीची कामं करून उरल्या वेळात घराच्या अंगणात गाणी-बजावणी करावीत, ग्रामीण ढंगाचे उत्स्फूर्त विनोद करून लोकांना हसवावं असं चाललेलं होतं.

या सुमारास पट्ठे बापूरावांचं नाव गाजत होतं. त्यांनी आणि त्यांच्या पवळानं मिळून महाराष्ट्रात तमाशाचं वातावरण निर्माण केलं होतं. पेशवाईनंतर लुप्त झालेल्या तमाशाच्या कलेचं बापूरावांनी पुनरुज्जीवन केलं होतं. त्यांनी मुंबईत पिला हाउसला तमाशाचे खेळ सुरू केले होते. माझे वडील नारायणगावहून जे निघाले ते मुंबईला पट्ठे बापूराव आणि त्यांचा तमाशा पाहायला गेले. तेथून वडील बाहेर पडले आणि त्यांना जणू तमाशाचा चळच लागला. चौपाटीवर जाऊन डफडं वाजवीत बसले. तमाशापायी माझे वडील पार वेडेपिसे झाले. आपण तमाशा काढायचाच या जिद्दीनं ते नारायणगावला परतले आणि माझ्या आजीकडे, "मला तमाशा काढायचाय, मला पैसे दे" म्हणून हट्ट धरून बसले. आजीनं लाख समजावून सांगितलं की, "बाबा रे, हे आपलं काम नाही, ही आपल्या जातीतली रीत नाही, आपल्या खानदानात कधी तमाशा नाही रे बाबा. तू या नादाला लागू नको." शेवटी आजी पोराच्या हट्टापुढे नमली. त्या काळी मांगाच्या घरात काय असणार? आजीनं तिच्या अंगावर आणि गाडग्या-मडक्यात जे काही होतं नव्हतं ते सारं पोराच्या हवाली केलं. काय हजार दोन हजार जमले, त्यावर माझ्या वडिलांनी तमाशा उभा केला. पुढे "भाऊ-बापू मांग नारायणगावकर" या नावानं प्रसिद्धीस आलेल्या तमाशा फडाची जन्मकथा ही अशी आहे.

सुरुवातीला तमाशात बाया काम करीत नसायच्या. नाचायला पोरं असायची. सारं महत्त्व कलेला आणि लोकरंजनाला होतं. पैशाला महत्त्व नव्हतं. पोटभर भाकरी मिळाली की, समाधान असे. तमाशा संपला की, कलाकारांनी भिक्षा मागावी आणि जी काही शिळीपाकी मिळेल ती समाधानानं खावी अशी रीत होती. माझ्या सुरुवातीच्या दिवसांत मीसुद्धा अशी भिक्षा मागून आणलेली आहे. आमची कलेवर श्रद्धा होती. आमच्या दृष्टीनं पब्लिकला फार महत्त्व होतं. तमाशापायी आणि

लावणीपायी आम्ही फार हाल सोसले.

सुरुवातीला तमाशात नाचायला पोरं असायची. त्यात सवाल-जबाब होते. भेदिक होते. औंधला अशा तमाशांचे सामने होत. एक तमाशा होता माझ्या वडिलांचा– भाऊ बापूंचा आणि दुसरा होता रामा कुंभाराचा– आठ-आठ, दहा-दहा तास या दोन फडांचा सामना रंगायचा. एक सामना फारच हातघाईवरचा झाला. रामा कुंभार भाऊंना म्हणाले की, ''तू हरलास तर केस काढून दिले पाहिजेस.'' त्यावर वडील म्हणाले की, ''तू हरलास तर तुझी मिशी उतरून दिली पाहिजेस.'' मग त्या दोघांची जी भेदिक सुरू झाली म्हणता, रात्री बाराला पब्लिक बसलं होतं, ते सकाळी आठपर्यंत उठलं नाही. शेवटची भेदिक आठ वाजता संपली. रामा कुंभारानं हार मान्य केली. स्वतःची मिशी काढून भाऊंच्या पायाशी ठेवली.

मी काही शाळेत गेले नाही. ते शक्यही नव्हतं. घड्याळ समजतं आणि सवयीनं नंतर नंतर सही शिकले. मी बुकं शिकली नाही; पण गाणं शिकले. भाऊंनी तमाशा काढल्यामुळे घरात गाण्याचं वातावरण होतं. त्यांचा फड जाईल तिथं आमचं घर असे. भाऊ म्हणत की, ''बामणा घरी लिवणं, कुणब्या घरी दाणं आन् मांगाघरी गाणं...'' मला लहानपणापासूनच गाण्याचा नाद होता. गाण्याच्या तालावर माझे पाय आपोआप ठेका धरीत असत. मी आरशासमोर उभी राहायची आणि हावभाव करून गाणं म्हणायची. तमाशातली गाणी आणि लावण्या कानावर पडत होत्या, त्या आपोआप तोंडात बसत होत्या. वडील जाता-येता मला बघायचे, म्हणायचे की, ''ही पोरगी माझं नाव काढणार.'' वयाच्या दहाव्या वर्षी मला त्यांनी स्टेजवर उभं केलं तेव्हापासून मी नाचतेच आहे... गातेच आहे.

काही दिवस मी वडिलांच्या तमाशात काढले मग वडिलांनी मला वेगळं काही शिकायला मिळावं म्हणून मुंबईला मामा वरेरकर - आळतेकर यांची कलापथकं होती तिथं पाठवलं. मला त्या वयात चार चांगल्या गोष्टी शिकायला मिळाल्या, मोठ्या माणसांची संगत लाभली. तिकडे औंधला रामा कुंभारानं मिशी उतरून दिल्यावर वडिलांचा फड खूप प्रसिद्धीस आला. कराडजवळ कोळे या गावी माझ्या वडिलांचा तमाशा चालू होता आणि त्याच गावात समोरासमोर

भाऊ आकलेकरांची मुलगी शालन ही आपला तमाशा घेऊन उभी होती. भाऊ बापूंनी शेवटी कितीही आटापिटा केला तरी त्यांच्याकडे नाचायला पोरं होती आणि समोरच्या फडावर साक्षात एक बाई - तरुण शालन नाचत होती. तिनं माझ्या वडिलांचा फड बंद पाडला. पब्लिक सगळी आकलेकरांच्या फडात शिरली. भाऊंचा हा फार मोठा अपमान होता. ते मला समजलं, वडीलही माझ्याकडे कलापथकात आले. म्हणाले की, "विठाबाई, आता कसं करायचं? ही शालन काही सुधरू देईना बघ."

मी म्हणाले, "भाऊ, मी ही नोकरी सोडली. ही विठा तयार झालीय; आता बघाच माझा चमत्कार. ती कोण शालन? आपला फड बंद पाडतेय. बघतेच तिच्याकडे. चला, मी येते तुमच्याबरोबर." असं म्हणून कंबर कसून, हवालदिल झालेल्या भाऊंना घेऊन मी निघाले आणि शालनसमोर जाऊन हलगीच्या कडकडाटावर नाचायला सुरुवात केली. आमच्या फडाकडे पाठ फिरवून निघून गेलेली पब्लिक पुन्हा आमच्याकडे गर्दी करू लागली. पागोटी आणि टोप्या उडवू लागली. शालन गेली उडत... पाचोळ्यासारखी. माझ्या भाऊंच्या अपमानाचा मी पुरेपूर बदला घेतला.

वडिलांच्या तमाशात मी नाचू लागले, आणखी काही मुली आल्या आणि भाऊ-बापूंच्या तमाशाला उत्तरोत्तर अधिक प्रसिद्धी आणि कीर्ती लाभू लागली. शंकर नावाचा माझा भाऊ सोंगाड्याचं काम करीत असे. काय लाजवाब काम करायचा. त्याच्यावर पब्लिक अगदी खुश होतं आणि माझ्यावर फिदा! आमच्या दोघांच्या कामाची सांगड होती. आम्हा भावा-बहिणीची जोडी मस्त जमून आली होती. मला जेवढी टाळी पडायची, तेवढीच त्यालाही पडायची. विठा-शंकर, विठा-शंकर असा आमच्या नावाचा साऱ्या महाराष्ट्रभर गाजावाजा झाला होता.

अनुकूल परिस्थिती नसतानाही मी कामं केली. केवळ लावणीवरील आणि तमाशावरील श्रद्धेपायी आमच्यासारख्या पूर्वीच्या कलावंतांनी खूप अडचणी व कष्ट काढले. आमच्याकडे होतं काय सुरुवातीला! एकच तुणतुणं असे, एक ढोलकीवाला आणि एक टाळ. हलगीवाला हलगीचा कडकडाट करायचा. कधी टेंभ्याच्या उजेडात तर कधी गॅसबत्तीच्या प्रकाशात खेळ व्हायचा. कधी लाइट मिळायचा तर कधी नाही. पूर्वी माइक आणि

स्पीकर स्वतः ठेवण्याची ऐपत नव्हती. गावातल्या स्पीकरवाल्याच्या नाकदुऱ्या काढाव्या लागायच्या. तो कधी अवाच्या सवा पैसे मागायचा तर कधी गावगुंडांपायी किंवा विरोधकांपायी यायचाच नाही; पण त्यापायी मी अडून बसले नाही. ऐन जवानीत विठाबाईला ना लाइटची गरज होती ना माइकची. या सोयी मिळाल्या तरी वाहवा नाही मिळाल्या तरी वाहवा! माझा आवाज पहाडी होता आणि पार शेवटच्या माणसाला माइकशिवाय ऐकू जाईल याची मी काळजी घ्यायची. मी स्टेजवर आले की, नुसती बिजली नाचायची बिजली! मला लाइटची गरज होतीच कुठं?

आता काय, ऑर्केस्ट्रा आणि तमाशा यात काही फरकच राहिला नाही. दणादणा ड्रम वाजवायचे आणि त्याच्या ठेक्यावर आडवं तिडवं नाचलं की, पब्लिक खुश होतंय. जुन्या-नव्याच्या बाबतीत मला डावं-उजवं करायचं नाही. ज्या त्या काळानुसार सगळं बदलत असतं. माइक, स्टेज, लाइटिंग काय, कसं करायचं ते करा; पण तमाशा तमाशाच राहिला पाहिजे आणि लावणी जशी होती तशीच राहिली पाहिजे. दहा-दहा शेरांची घुंगरं बांधून नाचलीय मी. तशी हिम्मत नाचणाऱ्या बायांमध्ये कायम राहिली पाहिजे.

मी लावण्या म्हणायची, त्याच्या जोडीला हिंदी गाणीही म्हणायची. लावण्या कशा होत्या सांगू का? -

लाज धरा पाव्हणं जरा -
जनाची मनाची.
पोटासाठी नाचते मी
पर्वा कुणाची?
ध्यान धरा. हिची कदर करा.
कुणी काळीज समजून घ्या.
पोटासाठी नाचते मी.
पर्वा कुणाची?
किंवा -
नेसली पितांबर जरी
जरी ग जरतारी
लाल साडी ग ऽ

मी कधी बैठकीची लावणी म्हटली नाही. अदाकारीसह गायले आणि नाचूनच गायले. वन्स मोअर चिकारदा मिळायचे मला. तीन-तीन चार-चार वेळा एकेक लावणी मी म्हटली आहे. जसजसा वन्स मोअर मिळे तसतसा मला उत्साह यायचा.

सवाल-जबाब तर खूप गाजले आमचे. ग्रामीण भागात आमच्या सवाल- जबाबांचं मोठं आकर्षण असायचं.

एक महत्त्वाचं सांगायचं राहिलंच की! वडिलांनी माझं फार लवकर लग्न लावून दिलं होतं. तमाशा चालू होताच आता त्या तमाशातच माझा संसारही चालू झाला. स्टेजमागं आमची पालं असायची. तिथं आम्ही सारी राहायचो. प्रसिद्धी मिळाली, पैसा मिळाला; पण मिळालेला पैसा परत तमाशातच घातला. तमाशा काही सोडला नाही. तमाशाबरोबरच माझं घर फिरत होतं. गरोदरपणाचा नऊ महिन्यांचा काळ किती मोठा असतो, त्यात मी बसून राहिले तर तमाशा चालायचा कसा? लोक विठाबाईच्या नावावर आमच्या कनातीत येत होते. मायबाप पब्लिकला नाराज करून कसं चाललं? पहिल्या गरोदरपणात देवाला हात जोडले. म्हणाले की, "बाबा तूच माझ्या ओटीत त्याला घातलंस; तूच त्याचा राखणदार." पोटातल्या जिवाच्या पोटासाठी आणि माझ्याही पोटासाठी मला नाचलंच पाहिजे. फडातले लोक डोळे वासून बघाया लागले. मी म्हणाले की, "मुकाट्यानं ढोलकी वाजवा. मी नाचते. मला नाचू द्या." पार नवव्या महिन्यापर्यंत नाचले. सडी असताना जशी भिंगरीसारखी गरगर फिरायचे ना तशीच वाढलेलं पोट घेऊन नाचायचे. पब्लिक म्हणायचं, "बास, विठाबाई बास; नका नाचू. आम्ही पोरींचा नाच बघू. तुम्ही फक्त मागं उभ्या राहून गाणं म्हणा." मी ऐकायची नाही. मला अजून जोर चढायचा. त्या शालनच्या वेळेला मांडीवर मर्दासारखी थाप मारून स्टेजवर उडी घेतली होती ना ते सगळं आठवायचं. भाऊ-बापूंचं नाव लावायचं ना मग त्या नावाला जागलं पाहिजे, म्हणून नाचायची. मायबाप पब्लिक लई दयावान! मला म्हणायचे, विठाबाई नका नाचू. बसा आता. मी त्यांना हात जोडायची. म्हणायची की, "मला काही होत नाही. वाघाची औलाद आहे मी." आठ मुलं झाली मला. ती सारी अशी जंगलात झाली. स्टेजमागच्या पालात झाली. ना आडोसा, ना गरम पाणी, ना सलायन, ना डॉक्टर, ना नर्स! मी माझीच बाळंतीण

व्हायची. पहिलं बाळंतपण शिवाजीनगरला फडाचा मुक्काम होता तेव्हा झालं. सातव्याची गंमत सांगते, महादेवाच्या शिखर शिंगणापुराला तमाशाचा मुक्काम होता. 'रायगडची राणी' हा वग लावलेला होता आणि वगाआधीच्या गणगवळणीत मी नाचत होते. नववा महिना भरून गेला होता आणि स्टेजवरच मला कळा सुरू झाल्या. मी ओळखलं की, आता काही खरं नाही. कशीतरी स्टेजच्या मागं गेले. मला मुलगा झाला, त्याची नाळ मी स्वतः दगडानं तोडली... आणि पुन्हा नाचायला स्टेजवर गेले.

भाऊ-बापूंनंतर मी स्वतःचा तमाशा सुरू केला. 'विठाबाई भाऊ-बापू मांग नारायणगावकर' या नावानं. ही चौसष्ट-पासष्टची गोष्ट. तोपर्यंत माझ्या एकटीचंही नाव साऱ्या महाराष्ट्रात प्रसिद्धीला आलं होतं. मी माझ्या वैयक्तिक नावावरही माझा स्वतंत्र तमाशा सुरू करू शकत होते; पण भाऊ-बापू या नावाला टाकून मी पुढे जाऊच शकत नव्हते. ते माझं मूळही होतं आणि कूळही होतं. माझे वडील माझे आदर्श होते, गुरू होते आणि मला ते देवासमान होते. म्हणून मी त्यांच्या नावानिशी माझा तमाशा सुरू केला. हे आमच्या काही गणगोतांना सहन झालं नाही. ते म्हणाले की, मी भाऊंचं नाव लावू नये, बापूंचंही नाव लावू नये. माझी स्वतःची आई आणि चुलतभाऊही त्या लोकांना सामील होते. आता काय म्हणावं या कर्माला! माझ्या नावाला मिळत असलेली प्रसिद्धी व यश त्यांना सहन होत नव्हतं. भाऊ-बापूंच्या नावाला मार्केटमध्ये असलेल्या वजनामुळे - त्यांच्या नावामागे असलेल्या लोकांच्या सदिच्छेमुळे माझा फड चालतोय, मी त्या सदिच्छेचा व्यावसायिक फायदा घेते अशा काहीशा गैरसमजानं आणि त्या लोकांच्या मनातील ईर्ष्या आणि द्वेष यापायी तो सारा विरोध घडून येत होता. केडगावला माझा मुक्काम पडला होता. तिथं दोन ट्रक भरून गणगोत मला मारायला आलं. मी पब्लिकसमोर उभं राहून सवाल टाकला की, हे असं असं घडून राहिलं आहे, ते लोक म्हणतात की, मी भाऊ-बापूंचं नाव लावू नये म्हणून. मायबाप पब्लिकला हात जोडून मी विचारलं की, मला सांगा, मी भाऊंची नाही का? भाऊ मांगाच्या पोटचाच गोळा ना मी? मग मला माझ्या बापाचं नाव लावायला बंदी का म्हणून? गणगोतातलेही काही लोक स्टेजवर येऊन पब्लिकसमोर त्यांनी आपलं

म्हणणं मांडलं. त्याला काही आगा ना पिछा! त्यांचं आपलं एकच पालुपद : भाऊ-बापूंचं नाव विठाबाईनं लावू नये. शेवटी पब्लिकनंच मला न्याय दिला. पब्लिकनं एकमुखानं सांगितलं की, 'विठा भाऊ-बापू नारायणगावकर' असंच नाव बरोबर आहे; तेच नाव ठेवा.

त्यावर गणगोत काही शांत बसलं नाही. त्यांनी एकत्र येऊन भाऊ-बापूंच्या नावानं एक तमाशा काढला. माझ्या फडाची नासधूस केली. जाळपोळ करून नुकसान केलं. ते शंभर आणि मी एकटी. कोणाकोणाला पुरी पडू मी? शेवटी माझा तमाशा थांबला.

असा ऊन-पावसाचा खेळ सारखा चालू होता. मी पुन्हा कंबर कसून, उभारी धरून पुन्हा फड चालू केला. पुन्हा तोच जोश, तीच धार धरून नृत्य करू लागले. गाऊ लागले. एव्हाना माझ्या मुली संध्या, मंगला आणि मालती याही नाचू लागल्या होत्या.

माझे एक जावई ढोलकीवाले होते, त्यांची माझी पंधरा पंधरा मिनिटांची सांगड चालायची. पब्लिक म्हणायचं, विठाबाई नाचा आणि मी नाचायची. एकेक तास नाचलेय कधीकधी. ढोलकीवाला आणि माझ्यात स्पर्धा चालायची. आधी कोण दमतंय हे बघू म्हणायचो आम्ही परस्परांना.

माझ्या 'मुंबईची केळेवाली' 'रक्तात न्हाली कुऱ्हाड' आणि 'सापडला हरी नायकिणीच्या घरी' अशा वगांचे अवघ्या महाराष्ट्रात अक्षरशः हजारो प्रयोग झाले. लोकांनी हे वग डोक्यावर घेतले. हे वग पुनःपुन्हा पाहायला पब्लिक येत असे.

अधूनमधून मी गाजलेली हिंदी गाणीही म्हणायची.

'हवा में उडता जाये मेरा लाल दुपट्टा...' हे गाणं मी म्हणू लागले की, पब्लिक नाचू लागे. मला हमखास वन्स मोअर मिळे.

जसंजसं माझं नाव होऊ लागलं, माझे कष्ट, माझा प्रामाणिकपणा लोकांना समजू लागला तसतसा मला आणि माझ्या शब्दांना मान मिळू लागला. गडबड करणारं पब्लिक मी स्टेजवर जाताच "विठाबाई आली रे, बोलू नका" असं म्हणून शांतता पसरे. जगात सगळेच काही संत-सज्जन नाहीत. जसे समजूतदार लोक असतात तसेच मवाली, गावगुंड, दारुडे, फुकटे यांचीही कमतरता नाही.

मी स्टेजमागं असले की, लोक मुलींना खडे मारायचे. अशा वेळी

मी स्टेजवर येऊन हात जोडून पब्लिकला विनवायची. विचारायची की, तुमच्याशिवाय आम्हाला कोण आधार आहे? असं मी बोलले की, पब्लिक शांत व्हायची. कधीकधी असं झालं तरी एखादा टारगट काहीतरी फालतू बोलायचाच. मग मीही पदर खोचायची. आधी नमस्कार आणि मग चमत्कार अशी माझी रीत होती. अशा गुंडांची मी पार आय-माय उद्धारायची. पुरुषांनीच द्याव्यात अशा शेलक्या शिव्या मी माइकवरून सर्वांना ऐकू जातील अशा रीतीनं द्यायची. खूप तऱ्हेतऱ्हेचे अनुभव गाठीला आहेत. इज्जत-अब्रूदार मंडळी आहोत आम्ही; त्यामुळेच माझ्या मनगटात पुरुषासारखी रग ठेवावी लागली मला.

एकदा कुरुंदवाडच्या जत्रेत फार त्रास झाला. कधीकधी, विशेषतः जत्रेमध्ये काय व्हायचं की, अमुक एक वग लावा अशी पब्लिकची मागणी असे. आमच्याकडील गर्दी बघून समोरच्या फडवाल्याच्या पोटात दुखायचं. त्यानं त्याचे सारे भोंगे आमच्या दिशेनं करावेत - आवाज वाढवावा; त्यामुळे आमची अडचण व्हावी. या कानाचं त्या कानाला ऐकू येऊ नये. नुसता गोंधळ माजायचा. मी त्याला जाऊन समजावून सांगायची की, असं करू नकोस बाबा, यानं दोघांचंही नुकसान होईल. पब्लिक चिडलं तर मारामाऱ्या होतील. मला त्यानं हो म्हणावं, माझं बोलणं मान्य करावं. माझी पाठ वळताच त्यानं दोन भोंगे अजून वाढवून आवाज आणखी जोरात करावा. मग मीही चिडून आठ भोंगे करावेत. त्यानं त्यावर चौदा लावावेत असं खूप वेळ चाललं... मग पब्लिक चिडली. समोरचा तमाशा उधळायला निघाली. मी सामोपचारानं घेतलं. माझा खेळ बंद केला. त्याला सांगितलं, तुझा खेळ चालव बाबा. पब्लिक माझ्यावर खुश झाली. माझं गुणगान करीत घरी गेली. असा एकेक प्रसंग...

एकेकाळी म्हणजेच बहराच्या काळात माझ्या तमाशात दीडशे माणसं होती. महिन्याला पगार द्यायचा. एवढं मोठं खटलं सांभाळायचं, ती काही थट्टा नव्हती. पूर्वी पाच आणे तिकीट होतं, ते आठ आणे झालं, दहा आणे झालं, रुपया होऊन पुढे पंधरा रुपये झालं. स्वस्ताईत कमी तिकीट - महागाईत जास्त तिकीट. गोळाबेरीज एकच होत असे. एवढा बाडबिस्तारा सांभाळता सांभाळता नाकी नऊ येत असत; तरी मी नेट लावीत होते...

यशवंतराव चव्हाणसाहेब संरक्षणमंत्री होते तेव्हा नेफा आघाडीवर युद्धानंतर सैनिकांच्या आणि अधिकाऱ्यांच्या मनोरंजनासाठी मला आमंत्रण मिळालं होतं. सलग बावीस दिवस मी सीमेवर आपलं संरक्षण करणाऱ्या सैनिकांचं मनोरंजन करीत, त्यांचा शिणभार हलका करीत माझा फड घेऊन फिरत होते. खूप समाधान मिळत होतं. मला कितीतरी शूरवीर भाऊ लाभत होते, मी हिंदीत कार्यक्रम सादर करीत असे. मधूनच लावण्या पेश करायची. ढोलकी-हलगीच्या कडकडाटावर मी बेभान नाचायची. कॅप्टनसारखी अधिकारी मंडळी वन्स मोअर द्यायची. माझ्याबरोबर नाचायची. माझ्या कार्यक्रमाचं नाव 'रंगिया' असं होतं आणि माझंही नाव त्या लोकांनी 'रंगिया' असंच ठेवलं होतं.

शेवटच्या कार्यक्रमात अगदी शेवटी मी एक गाणं पेश केलं-

लग जा गले...
कि फिर यह हसी रात हो ना हो...
शायद फिर इस जनममें
मुलाकात हो ना हो...

जो कॅप्टन अधिकारी सलग बावीस दिवस आमचा फड घेऊन सीमेवरच्या ठाण्यांवर फिरत होता, तो शेवटच्या दिवशी निरोपाच्या वेळी तर चक्क रडू लागला. माझ्याही डोळ्यांत पाणी आलं. नेफा आघाडीवर माझ्या कलेचं खऱ्या अर्थानं सोनं झालं. ते बावीस दिवस मी कधीही विसरू शकणार नाही.

एकदा काय झालं की, पुण्याच्या नेहरू स्टेडियममध्ये माझा कार्यक्रम होता. यशंवतराव चव्हाण होते, बाळासाहेब देसाई होते आणि आपला राजकपूरसुद्धा होता. त्याच्या पिक्चरमधील अनेक गाणी म्हणून मी पब्लिकच्या टाळ्या घेतल्या होत्या. त्याला त्याचंच गाणं ऐकवण्यात काय मजा? शिवाय पुढे चव्हाणसाहेबही होते. म्हणून मी 'नको अडवू रानात...' ही गवळण अगदी जीव ओतून पेश केली.

राजकपूर अगदी खुश होऊन गेला. त्यानं मनापासून दाद दिली - म्हणाला, "वा! बाई! वा!"

त्यावर मी त्याच्याकडे बघत म्हणाले,

"काय पाव्हणं! लई वळवळतंय काय!"

मग जो स्फोट झाला म्हणताय हसण्याचा. बाळासाहेब आणि चव्हाणसाहेब अगदी मनापासून हसत होते. स्वतः राजकपूरही त्यात मनमोकळेपणानं सामील झाला होता. त्या हास्यकल्लोळातच तो उठला आणि स्टेजवर आला. सभागृह शांत झालं होतं. त्यानं मला हार घातला, मीही त्याला हार घातला.

तो मला म्हणाला,

"साकिया, आज मुझे नींद नही आएगी..."

त्यावर मी म्हणाले,

"ए भाई! जरा देखके चलो..."

आम्हा दोघांच्या त्या जुगलबंदीला पब्लिकनं खूप टाळ्या दिल्या. त्या टाळ्यांच्या कडकडाटातच राजकपूर अगदी दिलखुलास हसत स्टेजवरून खाली उतरला.

एकदा भरत नाट्य मंदिरला प्रयोग होता. 'रक्तात न्हाली कुऱ्हाड' हा नेहमीचा हातखंडा वग होता. त्या प्रयोगाला खास करून पु.ल. देशपांडे आले होते. वगातील माझी वेडीची भूमिका पाहून त्यांना फार आनंद झाला. त्यांना माझं काम फार आवडलं. विंगेत येऊन त्यांनी माझ्या पाठीवर शाबासकीची थाप दिली. एवढ्या मोठ्या कलावंतानं माझ्यासारख्या लोककलावंताला मनापासून दिलेली ती दाद आणि शाबासकी मला फार फार मोलाची वाटली. माझ्या जीवनातील तो एक कायमचा लक्षात राहिलेला क्षण आहे.

मी आयुष्यात कधी हिशेबी राहिले नाही. व्यवहारी राहिले नाही. बेभानपणानं सारं तमाशावर उधळून दिलं. मी आतल्या गाठीची नाही. कधी छक्के पंजे खेळले नाही. परिणाम असा झाला की, चौऱ्यांशी-पंच्याऐंशीच्या दरम्यान कर्ज थकलं. गाडी गहाण पडली. तंबू गेला. परेलला जाऊन कशीबशी पोटा-पाण्याची सोय लावली आणि तिथंच राहिलो.

प्रदीप भिडे आणि प्रकाश खांडगे यांना माझी ही स्थिती समजली. या दूरदर्शनच्या मंडळींनी माझ्याकरिता काहीतरी करायचंच या उद्देशानं त्यांना जे जे जमेल ते ते केलं. त्यांनी हे आपल्या माधवराव गडकरी

यांना सांगितलं. त्यांनी माझ्यावर लेख लिहिला. जिथं कधी तमाशे झाले नाहीत आणि होत नाहीत अशा ठिकाणी माझे कार्यक्रम ठेवले. टाउन हॉलला माझा कार्यक्रम झाला. शिवाजी मंदिरात 'मुंबईची केळेवाली'चे तीन शो झाले. यामुळे माझी घसरलेली गाडी जरा रुळावर आली. मला सरकारदरबारी पुन्हा प्रसिद्धी मिळाली. मानसन्मान मिळाले. सत्कार झाले आणि पुरस्कारही मिळाले...

आता एकटीच बसते. जुने दिवस, त्या रात्री, ते प्रसंग आठवीत. उभ्या आयुष्याचं पिक्चर कधीकधी झराझरा डोळ्यांसमोरून जातं.

बासष्ट साली मला आणि माझा चुलतभाऊ बापू यास राष्ट्रपती पुरस्कारानं गौरविण्यात आलं. त्या वेळी डॉ. राजेंद्र प्रसाद राष्ट्रपती होते. त्यांना भरघोस मिशा होत्या. पुरस्कार समारंभानंतर कलाकारांच्या कलादर्शनाचा कार्यक्रम झाला. माझी पाळी आल्यावर मी मनाशी नेमकं गाणं निवडून ठेवलं होतं. ते सुरू केलं. ''ह्यो ह्यो पाव्हणा बरा दिसतोय...'' नाचता नाचता - गाता गाता शेवटी मी ''मिशीवाला पाव्हणा बरा दिसतोय'' असं म्हणत राष्ट्रपती डॉ. राजेंद्र प्रसाद यांच्याकडे बघत अगदी खट्याळपणे इशारा केला. त्या दिल्ली दरबारात केवढी शिस्त. केवढ्या पद्धती; पण सारे लोक हसले. मनमुराद हसले. स्वतः राष्ट्रपतींनी मला दिलखुलास दाद दिली. असं काही आठवलं की, मी स्वतःशीच म्हणते की, ''अगं विठा, तू कोण? काय तुझी औकात? खुद्द राष्ट्रपतींशी तू खट्याळपणा केलास. त्यांनीही तुला मनमोकळेपणानं दाद दिली. तुला ही हिम्मत झाली कशी? आणि एवढ्या मोठ्या आभाळाएवढ्या त्या राजासारख्या माणसानं काहीही मनावर न घेता कौतुक केलं ते कशाचं?... माझ्या बापासारख्या त्या देवमाणसाची मी टिंगलटवाळी कशी करीन? दिल्लीतल्या यमुनेच्या पाण्यासारखं माझं मन शुद्ध होतं... मी जे काही केलं ते माझ्या महाराष्ट्राच्या कलेचं दर्शन होतं... आणि राष्ट्रपतींनीही माझ्या कलेचंच कौतुक केलं...'' माझ्या पुरचुंडीत हे असे भाग्याचे क्षण मी जपून ठेवलेत...

आत्ता आत्ताची गोष्ट. काँग्रेस पक्षाचे एक मोठे पुढारी त्यांच्या गाडीनं आळेफाट्यावरून मुंबईकडे चालले होते. तिथं चौकात त्यांनी नारायणगावची पाटी वाचली की काय कोणास ठाऊक ! चालत्या गाडीतून त्यांनी मला फोन केला. मोबाईल का काय म्हणतात त्यावरून ते बोलत होते. त्यांच्या

गावी, त्यांच्या लहानपणी माझा तमाशा पाहिलेला होता. मी बाजारच्या दिवशी तिथं जायची खरी. हे आत्ताचे मोठे साहेब त्यावेळी असतील लहान. खूप वर्षं झाली होती तरी त्यांच्या आठवणी ताज्या होत्या. त्या काळातल्या माझ्या नाचाचं आणि गाण्याचं कौतुक ते भरल्या मनानं आज करीत होते. बघा माझ्या तमाशानं, नाचानं, गाण्यानं मला काय काय दिलंय ते. या विठाबाईला रगड प्रेम मिळालं... मायबाप पब्लिकच्या मनात, हृदयात स्थान मिळालं.

मोठ्या माणसांचा स्नेह आणि प्रेम तर खूप मिळालं... माझं वय होत आलं होतं तरी मी काम करीतच होते. 'रक्तात न्हाली कुऱ्हाड'चा एक खास कार्यक्रम होता. तिथं शंकरराव मोहिते सपत्नीक आले होते. मी त्यांना लवून नमस्कार केला. दोघांनीही मला आशीर्वाद दिला. माझी तब्येत ढासळलेली असताना मी त्या कार्यक्रमात लावणीवर नाचले होते. शंकरराव मला म्हणाले की, "अग विठा ! ही काय तब्येत केलीस तू !" मी जड मनानं त्यांच्याकडे बघत म्हणाले - "बघा ना! तुमच्याकडेही बघवत नाहीय..."

एकदा अशाच एका कार्यक्रमात मी नाचले, तब्येत उतरत चाललेली, आजारी होते. नाचता नाचता चक्कर येऊन पडले. लोकांच्या डोळ्यांत पाणी आलं.

लावणी म्हटली की, माझ्या अंगात अजूनही वारं संचारतं; पण सत्त्याण्णव साली पहिला हार्टअॅटॅक आल्यावर मी त्या आजारपणापुढे गुडघे टेकले.

आर्थिक अडचणी आहेत. त्या सगळ्याच जुन्या तमाशा कलावंतांसमोर आहेत. आम्ही सगळे आतबठ्ठ्याचे व्यवहार केले. पैसा मिळवून गाठीला बांधला नाही. गाठीला काही बांधून पुढच्या दिवसांसाठी, म्हातारपणासाठी काही तजवीज करून ठेवावी असं आणि इतकं काही मिळतच नव्हतं म्हणा...

आता जुन्या आठवणींची शिदोरी आहे आणि त्या जोडीला औषधं आहेत...

शब्दांकन : **टी. एन. परदेशी**

■

रंगात रंगली लावणी

सुलोचना चव्हाण

मी - सुलोचना चव्हाण!

आचार्य अत्र्यांनी मला लावणीसम्राज्ञी ही पदवी दिली आणि जनतेनंही ती अगदी मनापासून स्वीकारली. आज माझं वय अडुसष्ट वर्षं आहे. तीन हार्टॲटॅक पचवलेली बाई आहे मी! मागं वळून बघताना कृतार्थ वाटतं; पण त्याचबरोबर अशी खंतही वाटते की, गेला काळ परत येत नाही.

आजकाल अधूनमधून मला बरेच लोक भेटायला येतात. माझ्या

आयुष्याविषयी, लावण्यांविषयी उत्सुकतेने विचारतात. मलाही बरं वाटतं. हल्ली कलावंत सतत प्रसिद्धी माध्यमांत झळकत असतात. आमच्या तरुणपणी प्रसिद्धी माध्यमं फारच थोड्या प्रमाणात होती. आता काळ बदलला आहे. नाहीतर पूर्वी ग गणपतीतला, म मक्यातला तसा सु हा सुलोचना चव्हाण-ऐवजी सुईतला असायचा; पण हल्ली लोक येतात, प्रश्न विचारतात; त्यामुळे मलाही भूतकाळात जायला मिळतं. आठवणींच्या प्रदेशातून हिंडून आलं की, मन कसं ताजतवानं, हलकंफुलकं होतं.

आम्ही लहान असताना मेळे असायचे. श्रीकृष्ण बाल मेळा हा तर आमच्या घरचाच होता. तिथं मी सात-आठ वर्षांची असल्यापासून नाचायला आणि गायला लागले. त्या बालवयातही लोक माझ्या गाण्याची तारीफ करीत. माझ्या मोठ्या बहिणीला गाण्याची खूप आवड! तिला काही आवाज नव्हता; पण ती मला खूप प्रोत्साहन देई. आमच्या मेळ्यात व्ही. शांतारामांच्या संध्याबाई आणि त्यांची बहीण विजया या दोघी येत. दिसायला देखण्या! तेव्हा आम्ही सगळे मातीचे कच्चे गोळेच होतो असं म्हटलं तरी हरकत नाही. हळूहळू आकार येत गेला; पण सुरुवात तिथं झाली. मास्तरांच्या छड्याही भरपूर खाल्ल्या त्या मेळ्यात!

आमच्या मेळ्यात एक मेकअपमन होते, त्यांनी मला एका गुजराती नाटकात डान्ससाठी नेले. तिथं माझ्या आवाजाचे खूप कौतुक झाले. तिथूनच 'कृष्ण-सुदामा' या हिंदी सिनेमात मला गायची संधी मिळाली. त्या वेळी गाणं डायरेक्ट रेकॉर्ड करीत. गाणं म्हणताना चुकलं तर तेवढी फिल्म फुकट जाई. तिथं रेकॉर्डिंगला बालकराम म्हणून होते, ते मला सांगायचे, "बेबी, गाणं म्हणताना चुकलं तर हा वर लावलेला माइकचा गोळा धाडकन् कपाळावर आदळतो बरं का!"

त्यांचं बोलणं खरंच वाटायचं तेव्हा! अशा तऱ्हेनं मी आधी हिंदीत गाऊ लागले. श्यामबाबू पाठक आणि भट्टाचार्य या जोडीकडे मी बरीच गाणी गायली. अजूनही माझी हिंदी गाणी रेडिओवर लागतात; त्यावेळी हिंदीत माझ्याबरोबर शमशाद बेगम, जोहराबाई, अमीरबाई कर्नाटकी, मोहनतारा अजिंक्य, गीता रॉय अशा गायिका होत्या. गीता सोडली तर बाकी सगळ्या सीनियर! लताताई आणि आशाताईंच्या सुवर्णस्वरांचा हिंदीत प्रवेश व्हायचा होता. गीता रॉय

अतिशय भोळसट! अशी भोळी मुलगी दुसरी पाहिली नाही मी!

मला गुरू नाही, मी शास्त्रशुद्ध संगीताचं शिक्षण घेतलेलं नाही; पण 'कृष्ण-सुदामा' या चित्रपटातलं गाणं ऐकून वसंत देसाईंनी मला आचार्य अत्र्यांच्या 'हीच माझी लक्ष्मी' या सिनेमासाठी गायला बोलावलं. त्या सिनेमात मी प्रथम लावण्या म्हटल्या. 'धन्य धन्य नारायण रामा' ही जेजुरीचं वर्णन करणारी लावणी होती. त्या लावणीच्या वेळी पडद्यावर विठा नारायणगावकर आणि त्यांची बहीण केशर अशा दोघी नाचल्या. या लावणीच्या वेळी सिनेमाच्या पडद्यावर अक्षरशः नाण्यांचा वर्षाव होत असे. याच सिनेमात हंसा वाडकरही होती. तिच्यासाठी देखील -

मुंबईच्या कॉलेजात गेले पती
आले होऊन बीए बीटी

ही लावणी मी म्हटली होती. हंसा खूप सुरेख दिसायची, सुरेख नाचायचा; पण या दारूनं सत्यानाश केला. कलावंतांना शापच असतो तो!

त्यानंतर आला चित्रपट 'कलगीतुरा.' या चित्रपटाच्या वेळी चव्हाणांशी गाठ पडली. या चित्रपटात आशाताईंच्या जोडीला त्यांना नवा आवाज हवा होता. कुणीतरी त्यांना माझं नाव सुचवलं. मी त्या वेळी हिंदीत गायची; त्यामुळे मी मराठी आहे हेच त्यांना माहीत नव्हते. ते म्हणाले, "ही मद्रासी मुलगी वाटते, ही काय मराठी गाणार?" नंतर त्यांना कळलं की, माझं आडनाव कदम आहे आणि मी शुद्ध मराठी मुलगी आहे. 'कलगीतुरा' चित्रपट गाजला आणि चव्हाणांच्या बरोबर मी अग्नीच्या साक्षीने सात फेरे घातले. तेव्हापासून आम्हा दोघांचा सुरांचा प्रवास आजतागायत चालू आहे. अजूनही चव्हाण रेडिओसाठी गाणी करतात, लावण्यांना चाली देतात; मी त्या गाते. 'रंगात रंगली लावणी' ही आम्हा दोघांची कॅसेट अजूनही खपते.

परवाच माझा कोल्हापूरला सत्कार झाला. तेव्हा ना. स. फरांदे म्हणाले, "लिहिणारा लिहून जातो; पण गाणाऱ्याने ते शब्द कसे उचलायचे, कसे फेकायचे हे या बाईंकडून शिकावं." पण अगदी

खरं सांगायचं तर लावणीच्या वेळी शब्द कसे उच्चारावेत हे मला चव्हाणांनीच शिकवलं. रेकॉर्डिंगच्या वेळी बाजूला घेऊन सांगायचे. हळूहळू विद्यार्थिनी तयार झाली.

'कलगीतुरा' चित्रपट गाजला, त्यातल्या लावण्या गाजल्या, मग काय विचारता? आमची भजनं गेली, अभंग गेले, भावगीतं गेली; फक्त लावणी तेवढी उरली.

लावण्यांचे प्रकारही बरेच आहेत. नाचाची लावणी, बैठकीची लावणी, बालेघाटी, म्हारकी, सवाल-जवाब असे ते प्रकार आहेत. कलगीतुऱ्यानंतर मी एक बालेघाटी लावणीची रेकॉर्डही केली.

नारी बडोद्याहून घोडा यावा,
आणि तुझ्या दारात बांधावा.
असं वाटतं माझ्या जीवा,
तुझा माझा संबंध असावा.

हा त्या लावणीचा मुखडा! रेकॉर्डच्या एका बाजूला हे गाणं तर दुसऱ्या बाजूला 'कोरा चंद्र डागिला थट्टेच्यामुळे' हे गाणं होतं. ही रेकॉर्ड फॉरेनला गेली. या लावणीच्या वेळी साथीला फक्त तुणतुणं आणि झील म्हणणारे सूरकरी!

हल्ली त्या पहिल्यासारख्या लावण्या गेल्या आणि ते झील देणारे सूरकरीही गेले. राजा बढ्यांनी एकच लावणी लिहिली

कळीदार कपुरी पान, कोवळं छान, केतकी चुना
रंगला काथ केवढा, वर्खाचा विडा घ्या हो मनरमणा
घ्या हो मनरमणा!

या लावणीला चाल दिली श्रीनिवास खळ्यांनी! त्यांनी चाल दिलेली एकमेव लावणी ही! पण अजून गाजतेय.

नाव-गावं कशाला पुसता? अहो मी आहे कोल्हापूरची,
मला हो म्हणतात लवंगी मिरची...

ही लावणी म्हणजे जगदीश खेबुडकरांनी लिहिलेलं पहिलं गाणं! पण अजून गाजतंय की नाही? वसंत पवारांची चाल आहे त्याला! तसंच तुकाराम शिंदे या निरक्षर माणसानं रचलेली लावणी - पाडाला पिकलाय आंबा, नीट बघ, पाडाला पिकलाय आंबा - हे गाणं आजही लोक विसरलेले नाहीत.

मी बऱ्याच संगीतकारांकडे गाणी गायले. वसंत देसाई, वसंत पवार, वसंत प्रभू, बाळ पळसुले, तुकाराम शिंदे, राम कदम, विश्वनाथ मोरे, स्वतः चव्हाण अशी किती नावं सांगू! वसंत पवारांकडे मी जेवढे चित्रपट केले तेवढे सगळे सिल्व्हर ज्युबिली झाले. वसंत पवार हा अतिशय मोठा संगीतकार! सुरांचा जादूगार, पट्टीचा सतारवादक, भला माणूस पण वृत्तीनं कलंदर! ते होते म्हणून आम्ही आज भाकरी खातो. त्यांना विसरलं तर तो फार मोठा कृतघ्नपणा होईल. वसंत पवारांना दारू पाजून लोक त्यांच्याकडून चाली काढून घ्यायचे. एकदा असेच ते घरी आले. कपडे मळके, चुरगळलेले! आले आणि मला गाण्याची चाल सांगितली. त्यांचा अवतार पाहून मला खूप वाईट वाटलं. मी त्यांना विचारलं, ''दादा, तुम्ही जेवलात का?''

माझा प्रश्न ऐकून त्यांच्या डोळ्यांत पाणी आलं. म्हणाले, ''कुणी असं विचारत नाही गं! जो तो कामापुरता!''

ते नेहमी असे घाईघाईने यायचे. प्रत्येक गाण्याच्या दोन ओळी गाऊन ऐकवायचे. म्हणायचे, ''चला, आता उद्याला रेकॉर्डिंग आहे.'' आम्हाला रिहर्सलची गरजच नसायची. मला दोन ओळी ऐकवल्या की, झालं पुढे मी माझ्या पद्धतीनं त्या गाण्यातल्या जागा घ्यायचे. त्या वेळी पुण्यावरून म्युझिशियन्स येत. एकेका वेळी दहा-दहा गाण्यांचं रेकॉर्डिंग केलंय आम्ही! पण ते चाली सांगायला आले की, त्यांना चार घास खाऊ घातल्याशिवाय मी कधीही सोडलं नाही. दुसऱ्या दिवशी कधी खातील, कुणास ठाऊक!

वसंतरावांची आणखी एक गंमत! ग. दि. माडगूळकरांनी 'मल्हारी मार्तंड'ची बारा गाणी लिहिली आणि प्रोड्यूसर देवतळ्यांना दिली. म्हणाले, ''वसंत पवारांना द्या. म्हणावं चांगल्या चाली लाव!'' देवतळ्यांनी वसंतरावांना गाणी वाचायला दिली. त्यांनी गाणी वाचली आणि म्हणतात कसे, ''चाली तयार झाल्या. अहो, नुसती गाणी एकदा नजरेखालून

घातली आणि चाली तयार!'' देवतळ्यांना धक्काच बसला. मग त्यांनी वसंत पवारांना पूना गेस्ट हाउसच्या एका खोलीत डांबलं, बाहेरून त्या खोलीला कुलूप लावलं व ते माडगूळकर अण्णांना बोलवायला गेले. कारण तेवढ्यात वसंतराव पसार व्हायचे! माडगूळकर आले, वसंतरावांनी पेटी काढली आणि भराभर चाली सांगितल्या.

पदरावरती जरतारीचा मोर नाचरा हवा,
आई मला नेसव शालू नवा.
त्यानंतर
फड सांभाळ तुऱ्याला गं आला,
तुझ्या ऊसाला लागंल कोल्हा.

अशी एकाहून एक सरस बारा गाणी होती ती! दुसऱ्याच दिवशी बाराही गाण्यांचं सलग रेकॉर्डिंग! मलाही थकवा कसा तो ठाऊक नव्हता. मी अशा दहा-बारा गाण्यांचं रेकॉर्डिंग एकदम करायची ते पाहून एकदा व्ही. शांताराम म्हणाले, ''तुला काय भुतानं झपाटलंय काय? एकदम एकाच वेळी एवढी गाणी कशी रेकॉर्ड करतेस गं?''

त्यांना माझ्या बोटातली पाच हिऱ्यांची अंगठी खूप आवडायची. एकदा म्हणाले, ''तू कार्यक्रम करताना तुझी ती अंगठी काय चमचमते. दाखव पाहू कुठंय ती?''

मी त्यांना बोटातली अंगठी काढून दाखवली. म्हटलं, ''ही बघा अण्णा!'' मी त्या वेळी इंडस्ट्रीत सर्वात लहानच होते; त्यामुळे ही सर्व वडीलधारी माणसं माझ्याशी मोकळेपणानं वागत.

मला पठ्ठे बापूरावांची लावणी फार आवडते. वसंत पवार स्वतः त्यांच्या फडात लहानपणी होते ना! तेव्हा ऐकलेलं त्यांनी मनात चांगलंच ठसवून घेतलं. त्यांनी संगीत दिलेल्या 'केला इशारा जाता जाता'ची सिल्व्हर ज्युबिली झाली. तेव्हा माझा सत्कार झाला आचार्य अत्र्यांच्या हस्ते! तेव्हा मला चांदीचा तांब्या, अत्तरदाणी, पेला असं काय काय दिलं. स्टेजवर बॉक्स हातात देताना ते हळूच म्हणतात कसे, ''उघडून बघा हो! सिनेमावाल्यांनी दिलंय ते. आत रिकामंच असायचं!'' त्या दिवशी भाषण करताना त्यांनी सांगितलं, ''ही मुलगी गायला लागली की, हॉल कसा

हाउसफुल होतो. जरा आमच्या भाषणाआधी येऊन ही थोडंसं गायली तर काय बिघडेल?'' आता अत्र्यांनी असं म्हणायचं म्हणजे? खरोखर, असा देवमाणूस पुन्हा होणे नाही.

हळूहळू मी लावण्यांचे कार्यक्रम करू लागले. लावण्या गाणाऱ्या बायका आजही आहेत; पण माझ्यासारख्या तीन तास एकटीच्या जिवावर कार्यक्रम रंगवणाऱ्या नाहीत. माझ्या लावण्यांना मी वेगळं शीर्षकही दिलं नव्हतं. 'सुलोचना चव्हाणच्या लावण्या' हेच शीर्षक! माझ्या कार्यक्रमात फक्त शब्द आणि सूर असायचे. खाली बघून गाणं म्हणायची मी! हावभाव नाही की काही नाही. एकदा वसंत देसाई शिवाजी मंदिरला म्हणाले होते, ''या बाईंनी गाण्याबरोबर थोडे हावभाव केले तर त्या कुठल्याकुठं पोहोचतील!'' पण मी म्हटलं, ''नको! ते तसलं पोहोचणं मला नको!''

पहिला लावण्यांचा कार्यक्रम मी पुण्याला केला. एका छोट्याशा थिएटरात! मग दुसरा बालगंधर्वला केला. सुरुवातीला फक्त पुरुषच यायचे; त्यामुळे बाई गाते कशी याकडे त्या पुणेरी पब्लिकचं अगदी बारकाईनं लक्ष! पण हळूहळू लावण्या ऐकायला येणाऱ्या स्त्रियांची संख्याही वाढू लागली. त्या तर आधीच येऊन सांगायच्या, ''तुम्ही भजनं, अभंग नका हं म्हणू! ते तर आम्हाला एरवीही ऐकायला मिळतं; तुम्ही लावण्याच म्हणा!''

एकदा मनमाडला मोठा शो होता, तो शो झाल्यावर दुसऱ्या दिवशी स्टेशनवर रामूभय्या दाते भेटले. म्हणाले, ''तुमचं गाणं ऐकलं काल! डोळे मिटून ऐकलं तर वाटतं की, स्टेजवर खरोखर तमाशातला नाच हावभाव करून चाललाय आणि डोळे उघडून पाहिलं की, तुम्ही नुसत्याच आपल्या खाली मान घालून गाताना दिसता. हा काय प्रकार?''

मी म्हटलं, ''मला नाच ठाऊक आहे. मी खाली बघून गाते तेव्हा माझ्या मनात नाचाचे पाय उमटतात आणि त्या साथीवर माझ्या तोंडातून शब्द बाहेर पडत असतात.''

लावणी खरंच खूप कठीण आहे. हल्ली माझ्या लावण्यांचं रिमिक्स करतात. त्यात खरं तर लावण्यांचा पूर्ण विचका करतात. माझं म्हणणं असं की, एकतर आहे तसं गा किंवा त्याहून चांगलं गा!

पण असं विडंबन करू नका. लावणी ही आपल्या मराठमोळ्या संस्कृतीचं नाक आहे. त्याची अशी वाट लावू नका.

माझ्या काही लावण्या खूप गाजल्या. 'फड सांभाळ तुऱ्याला ग आला', 'लवंगी मिरची' आणि 'सोळावं वरीस धोक्याचं' या गाण्यांना चार-चार, पाच-पाच वेळा वन्स मोअर मिळायचे तरी ऐकणाऱ्यांचं समाधान व्हायचं नाही. एकदा परळला कार्यक्रम होता. अनेक पुढारी मंडळी हजर होती. मी गाणं सुरू केलं -

> "कसं काय पाटील बरं हाय का?
> काल काय ऐकलं ते खरं हाय का?"

अन् त्याच वेळी वसंतदादा पाटील हॉलमध्ये शिरले. टाळ्यांचा एकच कडकडाट झाला.

तसंच एकदा कार्यक्रमाला यशवंतराव चव्हाण येणार होते. त्यांना उशीर झाला. कार्यक्रम सुरू करा, असा निरोप आला. कार्यक्रम सुरू केला. गाणं म्हणायला सुरुवात केली.

> कुठवर पाहू वाट सख्याची,
> माथ्यावर चंद्र की ग ढळला
> बाई येण्याचा वखत की ग टळला!

तेवढ्यात यशवंतराव आले आणि अख्ख्या हॉलभर एकच हशा पिकला. यशवंतराव चव्हाण साहित्याचे आणि गाण्याचे भोक्ते! ते बरेचदा आवर्जून कार्यक्रमाला येत. आम्ही दिल्लीला गेलो होतो तेव्हा त्यांच्या घरीदेखील एक कार्यक्रम केला होता.

तसे राजकारणी लोकांचे भलेबुरे खूप अनुभव आले. माझे महिन्यातून एकवीस कार्यक्रम असायचे त्या काळात! तारखा लागलेल्या असत सारख्या! एकदा बाळासाहेब देसाईंच्या पीएचा फोन आला. त्यांना अमूक एका दिवशी माझा कार्यक्रम हवा होता; पण माझा कार्यक्रम तर आधीच ठरलेला होता. मी त्यांना सांगितलं, "दुसऱ्यांची गैरसोय करून मी तुमच्यासाठी कार्यक्रम करू शकत नाही. त्या लोकांनी आयत्या वेळी काय

करायचं?'' आणि मी नेहमीच तसं वागत आले. दुसरी एखादी बाई असती तर मिनिस्टरनं बोलावलंय म्हणून ताबडतोब गेली असती; पण मी तसं कधी केलं नाही.

माझा मुलगा विजू- खूप छान ढोलकी वाजवतो. तोही माझ्यासारखाच बिनगुरूचा चेला! त्यानं करिअरच्या सुरुवातीला एकदा असं केलं होतं. जास्त पैसे मिळतात म्हणून पहिलं रेकॉर्डिंग रद्द केलं. मी त्याला म्हटलं, ''विजू, पुन्हा असं करू नको. आयुष्यातून उठशील तू! आपल्या शब्दाला काही अर्थ आहे की नाही?''

वसंतदादा पाटील मुख्यमंत्री असताना माझ्या मोठ्या मुलाचं लग्न झालं. त्याची बायको मागं लागली, ''माई, आर्टिस्ट कोट्यातून फ्लॅट तरी घ्या!'' मी वसंतदादांकडे गेले. दादा लुंगी-सदरा अशा घरगुती वेषात होते. ''का आलात हो?'' त्यांनी विचारलं. मी सांगितलं, ''दादा, माझी सून थोरा-मोठ्यांची मुलगी! तिला चाळीत राहायला आवडत नाही. तिच्यासाठी मला आर्टिस्ट कोट्यातून फ्लॅट मिळवून द्या.''

दादा म्हणाले, ''मुलाला अर्ज आणून द्यायला सांगा तुमचा!'' त्यावर मी म्हणाले, ''तुम्ही स्वतः लक्ष घालणार असलात तरच अर्ज पाठवते. तुमच्या पीए आणि बीएकडे अर्ज फिरणार असेल तर पाठवणार नाही.''

वसंतदादा म्हणाले, ''मी स्वतः करतो.'' आणि त्यानंतर आठव्या दिवशी माझ्या हातात त्यांनी चावी ठेवली. मी कधीही कुणाची हांजी हांजी केली नाही. हांजी हांजी करायची असेल तर ती त्या परमेश्वराची, माणसाची नाही. मी अशी बोलण्यात फटकळ आहे- सु म्हणजे सुईतलाच!

विदर्भातील एक पुढारी त्यांच्या गावाकडे गेलं की, गाडी पाठवायचे. माझा कार्यक्रम संपेपर्यंत माझ्या मुलाला सांभाळायचे. म्हणायचे, उतरायला इकडेच या!

पंधरा वर्षांपूर्वी मला मोठा अपघात झाला. माझं डोकं टाके घालून सगळं शिवलंय. हातपाय, मांडी, सगळीकडे मार लागला. चव्हाणांच्या हाताचे तीन तुकडे झाले. तीन-साडेतीन महिने हॉस्पिटलमध्ये होतो. पाण्यासारखा पैसा खर्च झाला. तिथं असताना त्या पुढाऱ्याचा फोन

आला, ''ताई काय झालं? कसं झालं? औषधपाण्याची काळजी करू नका.'' फोन ठेवला, संपलं! त्यानंतर पुढे भेट झाली 'शिवनेर'चे संपादक वाबळयांच्या सत्काराच्या वेळी! ते समोर बसलेले! मला म्हणाले, ''तुम्हाला ॲक्सिडेंट झाला ते कळलं, फोनवर बोललोसुद्धा! पण त्या सुलोचनाबाई की या सुलोचनाबाई तेच कळेना!''

मी म्हटलं, ''आम्ही बरे आहोत, देवाची कृपा आहे.'' मनुष्य मिनिस्टर झाला की आवाजही ओळखेनासा होतो का? सुशीलकुमार शिंद्यांकडे माझी रेकॉर्ड होती -

करी दिवसाची रात माझी सोडंना वाट
याच्या डोक्यात अक्कल पिकवा
कुणी माझ्या रायाला शहाणपण शिकवा...

ही ती रेकॉर्ड! त्यांना रेकॉर्ड दिल्यावर त्यांची माझी सहा वर्षांनी गाठ पडली तेव्हा त्यांनी ती रेकॉर्ड मला परत केली.

माझं बोलणं ऐकून प्रभाकर कुंटे म्हणायचे, ''ताई, तू निवडणुकीला उभी राहा, किती छान बोलतेस!''

मी म्हणायची, ''कुंटे दादा, आता मी जे काही चार गाणी गाऊन लोकांचं मनोरंजन करते ते सगळं बंद होईल. त्यापेक्षा मी आहे तशीच बरी!''

महिन्यातून एकवीस-एकवीस असे आतापर्यंत साडेतीन ते चार हजार कार्यक्रम तर मी सहज केले असतील. या सततच्या कार्यक्रमांमुळे वेगळा रियाज कधी करावाच लागला नाही. देवदयेनं मला खाण्या-पिण्याचं पथ्यही कधी पाळावं लागलं नाही. तेलकट खा, तिखट खा, सगळं चालायचं.

दौऱ्यावर जाताना पापड, फेण्या, मुलांसाठी कोळंबीचं लोणचं, चिवडा, चकली असे पदार्थ मी घरी बनवून जायची. साबण मी पहिल्यापासून घरी तयार करते. मग त्या साबणात हजार-दोन हजाराची साडी धुतली तरी काही होत नाही. आजकाल पैसा टाका आणि वस्तू उचला, अशी वृत्ती निर्माण झाली आहे; पण आम्ही जुन्या मुशीतली माणसं! मी अजून स्वेटर विणते, पिशव्या, चश्म्याचं पाकीट सगळं

हातशिलाईचं! दौऱ्यावर जाताना हातांना काहीतरी काम हवं. सगळं आपल्याला आलं पाहिजे असं मला पहिल्यापासून वाटतं. दुकानातून झाडू आणला तर तो मी सोडून पुन्हा नीटपणे असा बांधते की, दहा वर्षं तो सुटता कामा नये. आम्ही कोल्हापूरला घर बांधलंय. जाऊबाईंनी तिथले नारळ पाठवले. ते फुकट जाऊ नयेत म्हणून मी ते सर्व किसले आणि कडक उन्हात खोबरं वाळवून ठेवलं. माझ्या मते घरची बाई शेजारणीच्या घरात शिरली की, संपलं! मग तिला रोजचीच कामं उरकताना वेळ पुरेनासा होतो.

पूर्वी आतासारखे चांगले रस्ते नव्हते, वाहतुकीची साधनं धड नव्हती. अशा परिस्थितीतही आम्ही गावोगाव जाऊन कार्यक्रम केले. बैलगाडीसुद्धा जात नाही अशा ठिकाणी आम्ही गेलो. नद्या, ओढे पार करून, प्रत्येकानं आपापलं सामान आपल्या हातात धरून, प्रसंगी गाढवावर लादूनसुद्धा आम्ही अनेक गावांत कार्यक्रम केले. तेव्हा करमणूक आतासारखी सहजगत्या उपलब्ध नव्हती.

पावसाळ्यातसुद्धा कार्यक्रम व्हायचे. गणेशोत्सवात तर पाऊस हमखास! पण तेव्हाही कार्यक्रम चालू असताना पाऊस पडला असं कधी झालं नाही. तोही बेटा कार्यक्रम संपल्यावरच पडायचा. जणू मला म्हणायचा, "बाई गं, कष्टाचं खा, फुकटचं खाऊ नको."

एकदा एका छोट्या हॉस्पिटलच्या मदतीसाठी कार्यक्रम होता. वादळ झालं आणि आमचं स्टेजच गेलं उडून! रात्री पाऊस थांबल्यावर लोकांनी पुन्हा स्टेज बांधलं, मग मी कार्यक्रम केला तेव्हा रात्रीचे तीन वाजले होते. सर्व लोक इतका वेळ शांतपणे थांबले होते. खरंच तो काळच वेगळा होता. अनंत चतुर्दशीच्या दिवशीसुद्धा दिवसा मी कार्यक्रम केले आहेत. लोक म्हणायचे, "बाई, पुन्हा केव्हा येणार आमच्या गावाला? आलाच आहात तर आणखी एक कार्यक्रम करा!" असे ते दिवस होते.

शुगर फॅक्टरीत कार्यक्रम असला की, लोक ट्रक भरभरून यायचे; पण त्यांना आणावं लागत नसे हं, आपले आपणच यायचे. तेव्हा चेंगराचेंगरीत किती लोकांचे पाय आणि हात दुखवायचे; तरी अमाप उत्साह! एकदा कार्यक्रम संपल्यावर एस्.टी.त बसलो तेव्हा एक पोरगं आलं. कार्यक्रमाच्या धक्काबुक्कीत त्याचा हातच फ्रॅक्चर झाला होता.

मला म्हणाला, "त्या सुलोचना चव्हाणांच्या गाण्याला गर्दी झाली ना, तिथं हाताला लागलं." हे तो मलाच सांगत होता. सर्वच ठिकाणी मला व्यक्तिशः ओळखत नसत. एकदा तर हॉलच्या माणसानं "कार्यक्रम सुरू व्हायला टाइम आहे, बाहेर थांबा." म्हणून मला आणि विजूलाच बाहेर काढलं. आम्ही आपले चणे-शेंगदाणे खात बाहेर उभे! विनातिकीट म्हणून दारावरचा आत सोडेना! शेवटी कार्यक्रम सुरू व्हायची वेळ झाली तेव्हा चव्हाण आले शोधायला! गाणाऱ्या सुलोचनाबाई त्या याच, हे कळल्यावर डोअरकीपर आणि हॉलचा माणूस माफी मागू लागले. मी म्हटलं, "माफी कशासाठी? तू मला ओळखलं नाहीस म्हणून तसं झालं. उगाच चिडायचं ते कशाला? माणसाची विनोदबुद्धी जागी हवी, बस्स!"

एकदा श्रीरामपूरला कार्यक्रम होता. बघतो तर होती रामनवमीची जत्रा! पुष्कळ तमाशा पार्ट्या आलेल्या! कनातीकनातींतून कर्णे ओरडत होते. आमचं ओपन एअर थिएटर! एकच प्रेक्षक तिकीट काढून आला. अगदी एकच प्रेक्षक! त्याला म्हटलं, "बाबा रे, पैसे घे आणि परत जा." तो ऐकेना. तो म्हणाला, "मी काही पासवर आलेलो नाही. मला तुमची लावणी ऐकायचीय." म्हटलं, त्याचंही बरोबर होतं. कार्यक्रम सुरू केला. पहिलंच भजन म्हटलं - 'मना, लागलिया छंद, गोविंद, गोविंद!' मग विजूनं लावणीचा तोडा वाजवला आणि अचानक आसपासचे गोंगाटणारे कर्णे थांबले. त्या तमाशातल्या बायका माझं गाणं ऐकायला आल्या. म्हणाल्या, "तुमच्या गाण्यांवर आम्ही पोट भरतो. आमचा तमाशा काय आम्ही उद्याही करू; पण तुमचा कार्यक्रम उद्या नसेल. आज आम्ही तुमचं गाणं ऐकणार." जरीच्या साड्या नेसलेल्या, मेकअप करून सजलेल्या त्या बायका चक्क प्रेक्षकांत बसल्या आणि त्यांनी माझं गाणं ऐकलं. त्यांच्यासमोर गाताना मला इतका आनंद झाला म्हणून सांगू! कलावंतानं कलावंताला दिलेली दाद होती ती!

लावणी हीसुद्धा एक कलाच आहे; पण मध्यंतरी तमाशा कलावंतांनी सिनेमातल्या गाण्यांवर भर दिला. अस्सलपणा सोडून नक्कल करू लागले; पण आता पुन्हा हळूहळू परिस्थिती पालटते आहे.

एकदा एका गावातले शाळेचे हेडमास्तर आले. म्हणाले, "ऑर्केस्ट्रा पार्टी आली ती आम्हाला धुऊन गेली. शाळेच्या जीर्णोद्धारासाठी म्हणून

कार्यक्रम केला; पण त्यांच्या बिदागीतच पैसे संपले.'' पूर्वीची ऑर्केस्ट्रा पार्टी म्हणजे घरी चहासुद्धा प्यायला न मिळणारी माणसं दौऱ्यावर दूध मागणार. मी मग त्यांच्यासाठी दुसरा कार्यक्रम केला. १९७५ सालचा सुमार होता तो! ऐंशी हजार रुपये कलेक्शन झालं. गावच्या पोरांनी तुफान तिकिटं खपवली. जायला निघालो तेव्हा स्टेशनवर कुणी शेंगा घेऊन, कुणी हरभरे घेऊन तर कुणी दारची लिंबं घेऊन आलेलं! म्हणे, मावशी एवढा वाणवळा घेऊन जा! असं लोकांचं प्रेम खूप मिळालं.

कार्यक्रम करताना तसा वाईट अनुभव कधी आला नाही. कॉन्ट्रॅक्टर आणि आम्ही एकमेकांना सांभाळून घ्यायचो. त्यांच्या भरवशावर आपण आणि आपल्या भरवशावर ते! एका गावात दहा वेळा जाणारी माणसं आम्ही! क्वचित काही कारणानं नुकसान झालं तर कमी पैसेही घेतलेले आहेत. मला कितीतरी लोक ठाऊक आहेत की, कॉन्ट्रॅक्टरचं काहीही होवो, आम्हाला ठरलेले पैसे मिळालेच पाहिजेत असा त्यांचा हट्ट असतो; पण आम्ही तसं काही केलं नाही.

प्रेक्षकांकडूनही नेहमी सन्मानच मिळाला. नगरची गोष्ट! एका कार्यक्रमापूर्वी तबलजी बाहेर पान खायला गेला तेव्हा दोन तरुण पोरांचं बोलणं त्याच्या कानावर पडलं, ''आज या बाईची आपण मस्करी करायचीच.''

नंतर गाणं सुरू झालं, मध्यंतर झालं. तबलजी पुन्हा बाहेर गेला तेव्हा ती जोडगोळी दृष्टीस पडली. ''काय हो, काय झालं?'' तबलजींनी विचारलं. ''बाईंची थट्टा करण्याची हिंमत होत नाही; त्यांचं गाणं ऐकताना असे विचारही मनात येत नाहीत.'' त्यांनी मुकाट्यानं कबूल केलं.

एकदा सोलापूरला माझा कार्यक्रम आणि रमेश देवांचं नाटक बाजूबाजूला होतं. रमेश देव म्हणाले, ''तुमचा कार्यक्रम असल्यावर आमच्या नाटकाला कोण गर्दी करणार?'' शेवटी ते स्वतःच बुकिंगच्या टेबलावर बसले. 'गाढवाचं लग्न'वाले दादू इंदूरीकर म्हणायचे, ''तुमचा कार्यक्रम असला की, त्याच्या जवळपास आमचं नाटक लावायला छाती धडधडते.''

आयुष्यातल्या साडेतीन-चार हजार रात्री गाण्यात गेल्या. आता मला कधीकधी रात्री नऊ वाजता भूक लागतच नाही. त्याऐवजी रात्री

दोन-अडीचला मी काहीतरी खाते. सवयीचा परिणाम! दुसरं काय? आम्ही एवढे कार्यक्रम केले खरे; पण सगळेच बिनबोभाट पार पडले असं मात्र नाही हं! नागपूरला कार्यक्रम होता तेव्हा मला सव्वीस जुलाब झाले; सगळे लोक घाबरले. कुणी औषध आणतंय, कुणी बेलफळाचा मुरंबा आणतंय. तशा अवस्थेत मी चार तास कार्यक्रम केला. थकवा हा प्रकार माझ्या रक्तातच नाही. कंटाळा आला असं कुणी म्हटलं की, मला सरळ एक ठेवून द्यावीशी वाटते. अरे, करायला कितीतरी गोष्टी आहेत या जगात!

सोलापूरला कार्यक्रम होता तेव्हा खूप पाऊस पडला. संध्याकाळी साडेपाचला पोहोचणारी ट्रेन रात्री अकरा वाजता पोहोचली. आम्ही मधल्या स्टेशनवरून त्या लोकांना फोन केला होता; त्यामुळे सगळे लोक वाट पाहत बसले होते. कुणीही तिकिटाचे पैसे परत मागितले नाहीत. शेवटी मी सोलापूरला पोहोचल्यावर फक्त साडी बदलली आणि लगेच कार्यक्रमासाठी उभी राहिले.

अहमदनगरला तर ओळीनं दहा कार्यक्रम ठरले होते. मला सूचक स्वप्नं पडतात. आईची तब्येत बरी नाही, असं मला स्वप्न पडलं आणि त्यानंतर दोन दिवसांनी कळलं की, माझी आई खरोखरच वारली; पण दहा कार्यक्रम तर ठरले होते. पहिला कार्यक्रम व्हायला एकच दिवस होता. संयोजकांना संकटात टाकायचे नाही, The show must go on म्हणून मी कसेबसे नऊ कार्यक्रम धकून नेले. आईच्या आठवणींनी माझं मन आतल्या आत आक्रंदू लागलं होतं. शेवटी नवव्या कार्यक्रमानंतर तर मी आजारीच पडले. हॉस्पिटलमध्ये ठेवावं लागलं तरी लोक पैसे परत घेईनात. बऱ्या झाल्यावर दहावा कार्यक्रम करू, असा हट्ट धरून बसले. शेवटी बरं वाटल्यावर मी तो दहावा कार्यक्रम केला.

'केला इशारा जाता जाता' चित्रपट खूप गाजला. त्यात सवाल-जवाब होते. माझा स्वर धारदार! त्यामुळे त्या तोडीचा आणि पट्टीचा दुसरा आवाज सापडेना; त्यामुळे त्यातील सवाल आणि जवाबही मीच गायले. पुण्याच्या थिएटरमध्ये एक मनुष्य पंच्याहत्तर वेळा तिकीट काढून हा सिनेमा पाहायला आला.

लाखामधुनी सख्या तुम्हाला अचूक मी हेरलं,
तुमच्या नावानी गळ्यात माझ्या बांधा एक डोरलं

हे गाणं तो ऐकायचा आणि उठून जायचा. त्या वेळी पुण्यात माझे महिन्याला पाच कार्यक्रम होत. तेव्हाही एक मनुष्य मैफल सुरू होताक्षणी ओरडायचा, ''अहो, डोरलं म्हणा, डोरलं!''

तेव्हा मी विजूला म्हणायची, ''चल रे, डोरलं वाजवायला घे. एकदा म्हणून टाकते म्हणजे बिचाऱ्याला कुठं जायचं तिकडे जाता येईल.''

माझे कार्यक्रम मुख्यत्वेकरून मराठवाडा, विदर्भ अशा भागांत जास्त झाले. एकदा यवतमाळ, चंद्रपूर भागांत ४८ डिग्री टेंपरेचर होतं. रस्त्यात माणसं नव्हती. तव्यासारखी तापली होती गाडी! समोरून दुसरी गाडी आली की, डांबर उडायचं. गेस्ट हाउसमध्ये आम्ही चक्क गाद्या पाण्यात भिजवून झोपायचो. सततच्या प्रवासामुळे टी.सी.ही आम्हाला ओळखू लागले होते. त्यांनी आम्हाला परत येताना विचारलं, ''काय हो, एवढ्या उन्हात तुम्ही जगलात कसे?''

पुण्याचे देशपांडे स्टेशनमास्तर आमच्यासाठी मद्रास मेल चक्क पाच मिनिटं तरी रोखून धरायचे. त्यांना ठाऊक आमचा कार्यक्रम! कुर्डुवाडीच्या स्टेशनमास्तरांनी तर एकदा गाडी पूर्ण भरली म्हणून आमच्यासाठी छोटीशी बोगी जोडली आणि आम्हाला पंढरपूरला पाठवलं.

आमच्या विजूला शिकारीची अतोनात आवड! एकदा तो तीन दिवस शिकारीच्या मागे जंगलात होता. जेवण काही धड मिळालं नाही. तिसऱ्या रात्री लांब कुठंतरी धनगराच्या वाडीवर माझी गाण्याची रेकॉर्ड वाजत होती. बारसं होतं तिथं! माझा मुलगा आणि त्याचे मित्र तिथं गेले. या रेकॉर्डमध्ये गाणाऱ्या सुलोचना चव्हाणांचा हा मुलगा आहे असं कळल्यावर त्या लोकांनी विजूला व त्याच्या मित्रांना आग्रहानं जेवू खाऊ घातलं. नाहीतर ती माणसं ओळखीची ना पाळखीची!

मी पुष्कळ कार्यक्रम केले; पण कधीही कुणी वाह्यातपणा केलेला खपवून घेतला नाही. पुण्यात बालगंधर्वला होळीच्या वेळी तीन कार्यक्रम होते. लावणी ऐकता ऐकता लोकांनी स्टेजवर पैसे फेकायला सुरुवात केली. मी सरळ पडदा पाडला. त्यांना तंबी दिली, ''जर असं केलंत तर

पुन्हा गाणं म्हणणार नाही, पुण्यात येणार नाही.'' तेव्हा लोक शांत झाले, सर्वांनी माझी माफी मागितली.

एकदा असंच मैफलीत गाणं म्हटलं. मुखडा होता-

त्या बाप्याची नजर वाकडी,
चश्मेवाल्याची नजर वाकडी,
फेटेवाल्याची नजर वाकडी!

गाणं चालू असताना कुणीतरी प्रेक्षकांतून ओरडला, ''बाई, त्या पेटीवाल्याचीच नजर वाकडी आहे.'' मी गाणं थांबवलं. त्याला म्हटलं, ''पेटीवाला माझा नवरा आहे! मी असताना त्याची काय टाप लागलीय ऑडियन्समधल्या बाईकडे बघण्याची! तो माझ्याकडेच बघणार.'' त्या दिवशी पेटीवर स्वतः चव्हाणच होते, हे प्रेक्षकांना ठाऊक नव्हतं.

अशा तऱ्हेनं मी कार्यक्रम केले; पण घरंदाजपणा कधी सोडला नाही. माझ्या गाण्यातच तेवढी ताकद होती.

लावण्या उत्तम गाणारी दुसरी बाई म्हणजे यमुनाबाई वाईकर! आता ब्याऐंशी वर्षांच्या आहेत त्या! पण अजून काय खडा आवाज आहे. बैठकीची लावणी त्यांच्याच तोंडून ऐकावी. वीस वर्षांपूर्वी माझी कौसल्याबाई कोपरगावकरांशी भेट झाली. ''बाय माझी, काय सुंदर लावण्या गाते गं!'' म्हणून त्यांनी मला मिठी मारली तेव्हा असं वाटलं की, मी लोखंडाच्या कांबीलाच मिठी मारतेय, असा पोलादी देह! त्या तेव्हाच्या नाचणाऱ्या बायका म्हणजे अजबच रसायन होतं. आताही नवीन बायकांमध्ये मधू कांबीकर, माया जाधव, सुरेखा पुणेकर अशा आहेत. नाचणाऱ्या बायकांनी आपल्या शरीराचा डौल सांभाळायला हवा! स्थूलपणाकडे फार झुकता कामा नये, नाहीतर ते बेढब दिसतं. कलाकारानं स्वतःकडे तेवढं लक्ष द्यायलाच हवं. एकेकाळी मी एवढी जाड झाले होते ना! लवंगी मिरची गाणं म्हणताना लोक म्हणायचे, ''अहो, लवंगी मिरची काय म्हणता? ढोबळी मिरची म्हणा!'' शेवटी झाले एकदाची पुन्हा बारीक!

दोन वर्षांपूर्वी पुण्याला माझा कार्यक्रम होता, संध्याकाळी सात वाजता! एका ज्येष्ठ, लोकप्रिय कलावंताचा सत्कार होता. त्यांची

वाट पाहण्यात रात्रीचे अकरा वाजले. शेवटी कुणीतरी जाऊन आणलं त्यांना! लोक ताटकळले होते, आम्ही ताटकळलो होतो. तेवढ्यात कुणीतरी माझ्याकडे येऊन विचारलं, ''तुम्हाला कोणते कोणते पुरस्कार मिळालेत? जरा सांगा ना, म्हणजे अनाउन्स करता येईल.''

मी म्हटलं, ''पुरस्कार काय असतात ते मला ठाऊक नाही आणि मला ते मिळालेलेही नाहीत.'' नंतर मध्यंतराच्या वेळी समोर मोठी, प्रतिष्ठित माणसं बसलेली! मी त्यांना उद्देशून म्हटलं, ''संध्याकाळी सातपासून रात्री अकरा वाजेपर्यंत लोक माझा कार्यक्रम ऐकायला तिष्ठत बसले हाच माझा पुरस्कार! गव्हर्नमेंटचा पुरस्कार म्हणजे शाईनं लिहिलेला एक कागद! पण समोर बसलेल्या या श्रोत्यांनी दिलेला पुरस्कार समुद्र आणि आकाशाचा कागद केला तरी पुरणार नाही.''

त्या दिवशी मी फार तापले होते. कुणाची शिल्लक ठेवली नाही. तुम्ही पुरस्कार देणारे कोण? आणि मी घेणारी कोण? बोलू नये पण बोलते, पद्मजा फेणाणीसारख्या काल आलेल्या मुलीला भारत सरकारचा पुरस्कार मिळतो. कार्य बघा आणि पुरस्कार द्या. असो!

आता मला निदान महाराष्ट्र सरकारने तरी पुरस्कार दिला. खरं तर मला तो वीस वर्षांपूर्वीच मिळायला हवा होता. ठीक आहे, दुधाची तहान ताकावर! शेवटी पुरस्काराने तरी असं काय मोठं साध्य होणार आहे?

उमेदीत असताना समाजसेवेसाठी खूप कार्यक्रम केले. शाळेची इमारत दुरुस्त करायला किंवा नवी बांधायला, लायब्ररी बांधायला, देवळाचा जीर्णोद्धार करायला, हॉस्पिटल बांधायला असे आम्ही कार्यक्रम करीत असू. एकदा तर करमाळ्याला नवीन मशीद बांधण्यासाठीही कार्यक्रम केला. एवढंच काय, एकदा लोक माझ्याकडे आले; म्हणाले की, स्मशानभूमीसाठी सरकारकडे पैसे भरायचे आहेत म्हणून तुम्ही कार्यक्रम करा. आम्ही केला. किनवट भागात ओळीनं दहा दिवस दहा कार्यक्रम केले, त्या पैशात महारोग्यांसाठी नऊ लाखांचे मशीन आलं; पंढरपूरलाही असेच दोन-तीन लाख जमा करून दिले. इतर कुणी हे केलं असतं तर केवढा उदोउदो झाला असता; पण आम्ही तशी अपेक्षाच कधी केली नाही.

आमची बिदागी अगदी सुरुवातीला पंच्याहत्तर रुपये होती. मग ती दीडशे झाली. तेव्हाचा तो स्वस्ताईचा काळ! आता कुणी आलं तर मी दहा-पंधरा हजार सांगते; पण पहिल्यापासून आम्ही हिशेबी वृत्ती कधी ठेवलीच नाही. आम्हाला वाटलंच नाही कधी की, आम्हालाही म्हातारपण येणार आहे. कधीकधी वाटतं की आम्ही फक्त नारळ आणि शाली गोळा करायच्या आता! थैल्या मिळणार त्या मोठमोठ्या लोकांना!

मी कर्ज काढून कधी दिमाख दाखवला नाही. फुकाचा डामडौल केला नाही. दोन खोल्यांतही समाधानानं, सुखानं राहिले. गाणं-बिणं ते सगळं स्टेजवर! रोजच्या आयुष्यात मी गृहिणी, पत्नी आणि आई!

मला एकच समाधान वाटतं की, माझ्या गाण्यांनी सामान्य, गोरगरीब लोकांच्या आयुष्यातील काही क्षण मंतरलेले झाले, त्यांच्या रात्री माझ्या गाण्यांनी सुगंधी झाल्या. सच्च्या कलावंताला याशिवाय वेगळं काय हवं असतं?

शब्दांकन : **सविता दामले**

■

शतरंगी

माया जाधव

माझं बालपण कोल्हापुरात गेलं. मागं वळून पाहताना आज मला जाणवतात ते माझ्या आई-वडिलांनी मला कलाकार बनवण्यासाठी घेतलेले परिश्रम! खरोखर त्या काळात ते केवढं धाडस होतं. चक्क प्रवाहाविरुद्ध पोहणं होतं ते! माझे वडील मामलेदार होते, आईही सुशिक्षित होती; भरतनाट्यम शिकलेली होती. तिला नृत्य करायची

संधी मिळाली नाही; पण माझ्यात ते गुण आहेत हे दिसताच तिनं मला मात्र कायम पूर्ण पाठिंबा दिला, मार्गदर्शन तर शेवटपर्यंत दिलं. लोक म्हणायचे, काय पोरीला नाचायला पाठवता? पण वडील ठामपणे सांगायचे; 'माझ्या मुलीला जे आवडेल ते ती करणारच!'

आमच्या लहानपणी वैजयंतीमाला, रागिणी, पद्मिनी अशा डान्सर्स होत्या. त्यांचे रेकॉर्ड डान्स आई मला शिकवायची. मी हिंदीत मोठं नाव कमवावं अशी तिची महत्त्वाकांक्षा होती, म्हणून तिनं लहानपणापासून माझ्याशी हिंदी बोलण्याचा सराव ठेवला. मला हिंदीचा लहेजा बिनचूक यावा असं तिला वाटे. मराठी तर मी शाळेत जाऊ लागले तेव्हापासून मला येऊ लागली. तोपर्यंत सगळं हिंदीतच! वडिलांचं म्हणणं होतं की, तू नुसतं नृत्य करू नको, त्यावर तुला चांगलं भाषण देता आलं पाहिजे, त्यावर तू पुस्तक लिहिलं पाहिजेस! अशा तऱ्हेनं त्यांनी मला घडवायचा प्रयत्न केला आणि मीही त्यांना तशीच साथ दिली.

रंगमंचावर माझी पहिली एंट्री झाली ती चौथ्या वर्षीच! आणि तीही अगदी अचानक! त्याचं काय झालं की, माझ्या आईच्या भरतनाट्यम क्लासचं गॅदरिंग होतं. कार्यक्रम सुरू झाला. मी विंगेत पपांचं बोट धरून उभी! दोन आयटमच्या मध्ये थोडा वेळ गेला. मी पपांच्या मागे भुणभुण लावली होतीच - 'मला पण नाच करायचाय्'. त्यांच्या मनात काय आलं कोण जाणे! त्यांनी पडदेवाल्याला पडदा उचलायला सांगितलं, म्युझिशियन्सना खुणावलं, ते वाजवायला लागले आणि सरळ मला पपांनी स्टेजवर सोडून दिलं. आईचं पाहून पाहून मलाही तो नाच करता येत होता. 'हमलोग'मधील 'छुन छुन बाजे पायल' या गाण्यावर ते नृत्य होतं. लोकांच्या खूप टाळ्या पडल्या. मी इतकी लहान की, स्टेजवर नीट दिसतही नव्हते, तेव्हा लोक उभं राहून तो नाच पाहू लागले.

मग हळूहळू मी मेळ्यात काम करू लागले. त्या वेळी हातात झेंडा घेऊन मेळ्यातील कलाकार गावात एक मिरवणूक काढत आणि मग कार्यक्रमाच्या जागी जात. त्या मिरवणुकीत सर्वात लहान म्हणून मी पुढे उभी असे. त्या मेळ्यांमध्ये मला खूप बक्षिसं मिळू लागली. तेव्हा आई-वडिलांना वाटलं की, खरोखरच आपल्या मुलीला नृत्याचं चांगलं अंग आहे. मग हळूहळू मला नृत्य करण्यासाठी कॉलेजच्या गॅदरिंग्जमध्ये बोलावणी येऊ लागली. मोबदला असा काही नाही;

पण कुठे सूटकेस मिळे तर कुठे इतर काही वस्तू! राजाराम कॉलेजात तर मला पृथ्वीचा गोल मिळाला. तेथील प्रिन्सिपॉल मला आशीर्वाद देताना म्हणाले, ''या पृथ्वीच्या गोलावर जेवढे देश आहेत तिथं प्रत्येक ठिकाणी तुझी कला दाखवण्याची तुला संधी मिळो!'' खरोखरच पुढे ऑर्केस्ट्राच्या निमित्तानं मला असंख्य वेळा जगप्रवास घडला. अशी बक्षिसं घेताना तेव्हा खूप मजा वाटायची. एकदा बेळगावच्या मिलिटरी कँपमध्ये कार्यक्रम होता. तिथं त्यांनी माझा सत्कार केला; त्या वेळी तिथल्या भल्या दांडग्या मेजरसाहेबांच्या हस्ते मला एक छोटासा कप देण्यात आला. त्यांच्या प्रचंड देहाच्या मानानं तो एवढासा कप पाहून मला तर हसू फुटलंच; पण सर्व मोठी माणसंही हसू लागली. याउलट एक कप मी घेतला; तो होता जवळजवळ माझ्याच उंचीचा! त्याचं काय झालं की, मी दहा वर्षांची असताना मुंबईला नृत्याची ऑल इंडिया कॉम्पिटिशन होती. 'संस्कृती संगम' या संस्थेतर्फे! त्याची रेडिओवर जाहिरात आली. माझ्या पपांनी ती ऐकली आणि त्या स्पर्धेत भाग घेण्यासाठी ते स्वतः मला मुंबईला घेऊन गेले. त्या वेळी लोकनृत्य स्पर्धेत मोतीलाल यांच्या हस्ते मला पहिलं बक्षीस मिळालं. त्याप्रसंगी सुरेंद्र, प्रेमनाथ असे मोठमोठे कलाकार उपस्थित होते. त्या ट्रॉफीचं नाव होतं आशा पारेख ट्रॉफी तर कप होता शम्मी कपूर यांच्या नावे. तो कप जवळजवळ माझ्या उंचीचा होता. तेव्हा मोतीलाल म्हणाले, ''मुली, हा कप उचलायला दुसऱ्या कुणाला बोलावू का?'' अशी ती गंमत! त्या स्पर्धेला कोल्हापूरहून आशा काळेही आली होती. तिला शास्त्रीय नृत्यासाठी पहिलं बक्षीस मिळालं.

अशा तऱ्हेनं विजयी होऊन कोल्हापूरला परत आल्यावर माझा आणि आई-पपांचा उत्साह खूप वाढला. हळूहळू मी तीन तासांचे नृत्याचे कार्यक्रम करू लागले. एका कार्यक्रमात मी जवळजवळ वीस-एकवीस नृत्ये करीत असे. मी आणि सोबत एखादा विनोदी नकलाकार! माझी तीन नृत्यं झाली की, मला कपडे बदलायला अवधी म्हणून तो नकला करून दाखवी. त्या काळच्या नकलाही वेगळ्या प्रकारच्या असत. म्हणजे ज्याची नक्कल करायची त्या व्यक्तीच्या वेषभूषेत नकलाकार स्टेजवर येई. आमच्या गाडीत आई, पपा, मी, भाऊ आणि नकलाकार एवढी मंडळी असत. माझा भाऊ

गाण्याच्या रेकॉर्ड्स लावत असे. मला आठवतं, प्रयोग झाला की, आमच्या डॉज गाडीच्या मागच्या बाजूला काचेजवळ जागा असते तिथं मी झोपून जायचे.

मग त्या कार्यक्रमासाठी नवनवीन नृत्यं शोधण्यासाठी आमची धडपड सुरू झाली. गावात वैजयंतीमाला, पद्मिनी यांचे सिनेमे लागले की, ते पाहायला आम्ही जाऊ लागलो. त्या वेळी काही आतासारख्या व्हिडिओ कॅसेट्स उपलब्ध नव्हत्या. पुष्कळदा त्या सिनेमातला डान्स झाला की, आम्ही घरी यायचो आणि त्यातल्या प्रत्येक ओळीला काय ॲक्शन होती हे आठवून आठवून मी रियाज करायचे. अशा तऱ्हेनं एकेक सिनेमा मी वीस-एकवीस वेळा पाहिला आहे. सिनेमावरून आठवण झाली, 'कल्ट ऑफ द कोब्रा' नावाचा एक प्रसिद्ध इंग्रजी चित्रपट त्या वेळी आला होता. त्यातलं नागिणीचं नृत्य सुंदर होतं; पण तो चित्रपट मला दाखवायचा कसा? कारण तो तर प्रौढांसाठी होता. माझ्या पपांनी मॅनेजरला गळ घातली; पण त्यांनी काही दाद दिली नाही. शेवटी त्यांनी प्रोजेक्टरवरून सिनेमा दाखवणाऱ्या माणसाला पटवलं आणि प्रोजेक्टर रूममध्ये बसून मी तो पूर्ण चित्रपट बघितला. त्यातलं ते नृत्य अजूनही माझ्या मनासमोर अगदी ताजं आहे. पुढे रिना रॉयचा 'नागिन' सिनेमा त्याच इंग्रजी सिनेमावरून हिंदीत आला.

मी केवळ स्त्रियांचीच नृत्यं करीत नसे तर शम्मी कपूर, राज कपूर, मेहमूद यांचीही नृत्यं करीत असे. डान्स करताना ओळखू येत नसे की, हा मुलगा नसून मुलगी आहे ते! मुळात मी लहानपणी शर्ट-पँट, बॉबकट अशाच वेषात असायचे. कोल्हापुरात रस्त्यावरून सायकल चालवणारी पहिली मुलगी मी होते. आई-वडिलांचं नेहमी सांगणं असे, तू मागे राहायचं नाही. मी भातुकली कधी खेळलेच नाही. शाळा संपली की, खेळ नाही तर लगेच नाचायला सुरुवात! शम्मी कपूरचा 'चायना टाऊन' सिनेमा मी 'बार बार देखो...' या गाण्यासाठी आणि त्यावरील नृत्यासाठी 'बार बार' पाहिला. वैजयंतीमाला ही माझी आदर्श होती. तिच्या डान्समध्ये डौल होता. माझे पपा स्वतः चित्रकार होते, ते मला नृत्याच्या वेगवेगळ्या पोझेस् असलेली चित्रं आणून देत. ते म्हणायचे, तुझ्या नृत्यातील प्रत्येक पोझ अशी डौलदार, ग्रेसफुल आणि सुंदर दिसली पाहिजे.

हळूहळू माझा कार्यक्रम लोकप्रिय होऊ लागला. एकदा तर गणपती उत्सवातले दहापैकी आठ कार्यक्रम एकट्या सांगलीतच होते. एका कार्यक्रमाला तर एवढी गर्दी झाली की, लोक भिंतीवर, बिल्डिंगवर चढून बसले. तिथं एका बिल्डिंगचं काम चालू होतं. खाली पाण्याचा हौद बांधला होता. लोक खिडकीच्या चौकटीत बसले होते आणि काय सांगू? कार्यक्रम पाहता पाहता त्यातले काही लोक चक्क हौदातच पडले. अशी गर्दी! सांगलीला एका म्हातारीनं स्टेजवर येऊन माझ्या डोक्यावर फुलं उधळली. कोल्हापूरला एका हमालानं त्याच्या दिवसभरातील कमाईतले चार आणे मला बक्षीस म्हणून दिले. त्या वेळी आम्हाला रुपया, दोन रुपये अशीच बक्षिसं मिळत; पण त्या हमालाच्या देण्यामागच्या भावनेला महत्त्व होतं. त्याची कष्टाची कमाई होती ती! अतिशयोक्ती म्हणून सांगत नाही; पण कोल्हापुरातील आमच्या घरासमोरच्या चौकाला लोक तोरसकर चौकाऐवजी माया जाधव चौक म्हणू लागले. असं हळूहळू माझं नाव होऊ लागलं आणि मी दहावीत असताना मला चक्क सिनेमासाठी नृत्य दिग्दर्शनाची संधी मिळाली.

त्याचं असं झालं की, संगीतकार वसंत पवार आमच्या घरी पेइंग गेस्ट म्हणून राहायचे. ते अगदी ऑलराउंडर होते. पत्त्यांची जादू करायचे, गोष्टी सांगायचे. अतिशय हुशार माणूस! ते घरी असले की, आमचा वेळ कसा जायचा ते समजतच नसे. त्यांनी मला नृत्य करण्यासाठी खूप प्रोत्साहन दिलं. एकदा शाळेत गाडी घेऊन आले. म्हणाले, ''तुला डान्स डायरेक्शन करायचं आहे.'' चित्रपट होता अनंत माने यांचा 'सवाल माझा ऐका!' जयश्री गडकर नायिका! त्यांनी एक डान्स डायरेक्टर आणला होता; पण त्याचं काम त्यांना आवडेना! तेव्हा वसंत पवार मला घेऊन गेले. गाणं होतं, 'छुमक छुम नाचे - नाचे नर्तकी!' मी एकेका ओळीला पंचवीस- तीस स्टेप्स दाखवायचे. त्यातली आवडेल ती ते घ्यायचे. कॅमेऱ्याचा अँगल वगैरे ते लोक सांभाळायचे. माझ्याकडे बघून ही एवढीशी मुलगी काय नाच बसवणार असं त्यांना सुरुवातीला वाटलं खरं; पण नंतर मात्र त्या सर्वांनी माझ्यावर विश्वास ठेवला. त्या चित्रपटात नृत्य दिग्दर्शक म्हणून माझं नावही त्यांनी दिलं. त्या चित्रपटाच्या वेळी जयश्रीबाईंनी मला सुचवलं की, तू माझ्यामागे कोरसमध्ये का डान्स सुरू करत नाहीस? कुठंतरी सुरुवात होईल तुझी!

मला ते पटलं. मी आणि माझ्याबरोबर उषा चव्हाण अशा आम्ही दोघी पाठीमागे नाचू लागलो. त्या चित्रपटाच्या वेळी एक गंमत झाली; मी एक नटराजाची पोझ दिली होती, त्यात मी उजवा पाय वर घेतला होता, तर जयश्रीबाईंचं म्हणणं होतं की, त्या पोझमध्ये डावा पाय वर असतो. आमची पैज लागली पण खरं- खोटं कळणार कसं? इतक्यात मला स्टेजवरची नटराजाची मूर्ती दिसली. तिनं उजवा पाय वर उचलला होता; त्यामुळे साहजिकच पैज मी जिंकली. त्यानंतर मी 'गुरुकिल्ली', 'शेरास सव्वाशेर' या चित्रपटात नृत्य दिग्दर्शन केलं.

१९६८ साली मी मॅट्रिकला असताना फॉर्म परीक्षा जवळ आली होती. तेव्हा राजा ठाकूर भेटायला आले. म्हणाले, शूटिंगला चल; पण त्यांच्या तारखा आणि माझ्या परीक्षेच्या तारखा एकाच वेळी! तेव्हा स्वतः राजा ठाकूर आमच्या हेडमास्तरांना जाऊन भेटले. हेडमास्तरांनीही मला फॉर्म परीक्षेला न बसण्याची परवानगी दिली. याचं कारण मी अभ्यासातही कधीही हयगय करत नव्हते; त्यामुळे शिक्षकांना माझं कौतुक होतं.

शाळा संपल्यावर आमची स्वारी कोल्हापूरला कीर्ती कॉलेजात दाखल झाली. तेथील कलासंगम डिपार्टमेंटची सगळी जबाबदारी साहजिकच माझ्यावर आली. तिथंच माझे पती शहाजी काळे यांच्याशी माझी गाठ पडली. आमचं कीर्ती कॉलेजचं गॅदरिंग अतिशय सुंदर आणि शिस्तबद्ध होत असे. शहाजी चांगलं गातात हे गॅदरिंगच्या वेळी समजलं. तेव्हा आई-पपा म्हणाले की, त्याला आपल्या कार्यक्रमात गायला येतो का ते विचार. कारण फक्त नकला आणि माझं नृत्य याव्यतिरिक्त आम्हाला कार्यक्रमात काहीतरी वैविध्य हवं होतं. मग शहाजींनी हार्मोनियम, ढोलकीवाला असा संच गोळा केला आणि त्यांची गाण्याची फळी भक्कम झाली. अशा तऱ्हेनं ऑर्केस्ट्रा कसा करावा त्याचा श्रीगणेशाच तिथं आम्हाला गिरवायला मिळाला असं म्हणायला हरकत नाही.

मग आम्ही व्यावसायिकदृष्ट्या कार्यक्रम सुरू केले. नाव ठेवलं – 'नवरंग नाइट ऑफ माया जाधव!' हळूहळू त्यांनाही चांगला मिळू प्रतिसाद लागला. गणपतीव्यतिरिक्त इतरही कार्यक्रम येऊ लागले. एकदा तासगावच्या कॉन्ट्रॅक्टरनं कार्यक्रम ठरवला. ओपन थिएटर! शाळेच्या वर्गांची दारं बंद! त्यामुळे मेकअप करणे, कपडे बदलणे

यासाठी मी ओळखीच्या लोकांच्या घरी गेले. कॉन्ट्रॅक्टर गेटपाशी तिकिटं विकत बसलेला! भरपूर तिकिटं गेली. चांगला गल्ला गोळा झाला आणि कार्यक्रम सुरू व्हायच्या आधी पैसे घेऊन कॉन्ट्रॅक्टर पसार! शहाजींना हे कळलं आणि त्यांचं धाबं दणाणलं. काम करणाऱ्या एवढ्या लोकांचे पैसे, मंडपाचं भाडं, माइकवाला यांचे पैसे कोण देणार? त्यांनी एक शक्कल लढवला, मला आणि आईला ओळखीच्या लोकांकडेच थांबायला सांगितलं. थिएटरच्या मागच्या भिंतीजवळ गाडी उभी केली व भिंतीवरून पलीकडे एकेक सामान आणि वाद्यं पाठवली. लोकांची नुसती गर्दी उसळली होती. माउथ ऑर्गनवाल्याला सांगितलं, आमची हलवाहलव होईतो गाणं वाजवत राहा. गाणं संपेपर्यंत सर्व सामान आणि लोक निसटले. मग शहाजी स्वतः माइकच्या समोर गेले. कॉन्ट्रॅक्टर पळून गेल्यामुळे आजचा कार्यक्रम होणार नाही, एवढं सांगून त्यांनी माइक खाली टाकला आणि भिंतीवरून उडी मारली. त्यांचं बोलणं ऐकून पब्लिक खवळलं. त्यांनी थिएटरची, खुर्च्यांची, माइकची पार वाट लावून टाकली. आमची वादक मंडळी कोण कुठं आहेत हेच समजत नव्हतं. अर्धा-पाऊण तास एकमेकांना शोधण्यातच गेला. एकजण तर घाबरून सार्वजनिक मुतारीतच जाऊन लपला होता. मी आणि आई इथं काळजी करत बसलेल्या! शेवटी आले एकदाचे सगळे! कसेबसे तिथून सहीसलामत निसटलो. त्यानंतरची गंमत म्हणजे काही दिवसांनी त्याच गावात एक तमाशा पार्टी आली. लोकांना वाटलं की, माया जाधवच परत आली आणि त्यांनी त्या बिचाऱ्या तमाशा पार्टीच्या गाडीची मोडतोड करून टाकली.

आमच्या कॉलेजचा एकांकिका स्पर्धेत नेहमी पहिला नंबर असे. त्याचं इतर कॉलेजना वैषम्य वाटे. एकदा सांगलीला एकांकिका स्पर्धा होती, तिथं त्यांनी आमची एकांकिकाच होऊ दिली नाही. एक तर आमचा नंबर शेवटी ठेवला आणि आमच्या एकांकिकेच्या वेळीच प्रेक्षकांत तपकीर टाकली. मग काय विचारता – शिंकाच शिंका! सगळा गोंधळ झाला; असे ते कॉलेजचे दिवस!

असाच एकदा पन्हाळ्याला कार्यक्रम मिळाला. आम्ही सगळी कॉलेजमधली मुलं! आमचे वादकही आमच्यातलेच! पन्हाळ्याला आम्ही कुणासमोर कार्यक्रम करतोय याची काही कल्पना नव्हती. ते सर्वजण

होते मुंबईच्या मटका व्यवसायातले लोक! त्यांच्यामध्ये पार रतन खत्रीपर्यंत सर्व माणसं होती. आम्हाला त्याबद्दल काहीच माहिती नव्हती. त्यांना कुणीतरी सांगितलं की, इथं माया जाधवचा कार्यक्रम फेमस आहे. म्हणून त्यांनी आम्हाला बोलावलं. प्रत्येकाच्या समोर दहा-दहा हजारांच्या नोटा! पांढऱ्या शुभ्र कपड्यांत सेंट मारून लोक बसलेले! प्रत्येकाच्या पुढ्यात दारूचा ग्लास! पण कुणीही वावगा प्रकार केला नाही. घाणेरडेपणा नाही, अंगचटीला येणं नाही. ही कॉलेजमधली, चांगल्या घरातली मुलं आहेत हे आमच्या वागण्या-बोलण्यावरून त्यांना समजलं असावं. गाणं चालू झालं की, मध्येच थांबवायचे आणि कलाकारांवर नोटा उधळायचे. शेवटी शेवटी तर आमचे वादक वाद्यं वाजवायचं सोडून नोटाच गोळा करू लागले. दुसऱ्या दिवशी बघितलं तर प्रत्येक कलाकाराला त्या दिवशी जवळजवळ दहा हजार रुपये तरी सहज मिळाले. त्या नोटा गोळा करताना चढाओढीत काही नोटा फाटल्यादेखील! त्यामुळे अर्धी नोट एकाकडे तर अर्धी नोट दुसऱ्याकडे असाही प्रकार झाला.

हळूहळू मला सोलो डान्सही मिळू लागले. असा सोलो डान्सचा पहिला चित्रपट म्हणजे 'हऱ्या नाऱ्या झिंदाबाद!' तेवढ्यात अनंत माने यांनी बातमी आणली, शांतारामबापू 'पिंजरा' करत आहेत. ग्रूपमध्ये मागे नाचशील का? आता खरं तर मी मागे नाचायचं नाही असं ठरवलं होतं; पण शांतारामबापूंचा चित्रपट म्हटल्यावर मी लगेच हो म्हटलं. कारण त्यांच्याकडे मला खूप काही शिकायला मिळालं असतं अन् खरोखरच तसं झालं. तेव्हाची शिदोरी आत्तासुद्धा पुरते आहे असं म्हटलं तरी चालेल एवढं ज्ञान मला तिथं मिळालं. संध्याबाईंकडे मला कोरिओग्राफीचे धडे गिरवायला मिळाले. आम्ही प्रत्येक गाण्याच्या आठ-आठ, दहा-दहा दिवस रिहर्सल करत असू. सकाळी नऊ ते रात्री नऊ अशा त्या रिहर्सल चालत. नृत्य दिग्दर्शक म्हणून रंजन साळवींचं नाव दिलं होतं; पण प्रत्यक्षात संध्याबाईच सगळ्या स्टेप्स बसवत होत्या. डान्स बसवल्यावर शांतकिरण स्टुडिओतल्या त्या रिहर्सल रूममध्ये अण्णा यायचे, डान्स बघायचे आणि काही बदल हवा असेल तर सूचना द्यायचे. त्या सूचनांचं तंतोतंत पालन संध्याबाई करत असत. आम्ही त्यातल्या नृत्यांमध्ये सुपं, ढाली, मशाली अशा विविध वस्तू वापरल्या. त्यामागची कल्पनाशक्ती

संध्याबाईंची होती. तिथं अतिशय शिस्तबद्ध वातावरण असे; पण हळूहळू जवळीक वाढली. एकदा काय झालं की, एक लाइटवाला हाफ पँट घालून शिडीवर चढला. संध्याबाईंनी त्याला खाली बोलावलं. म्हणाल्या, "इथं लेडीज वावरत असतात. शिडीवर चढायच्या आधी व्यवस्थित फुल पँट घालून ये!" अशी त्यांची समयसूचकता व आर्टिस्ट लोकांची काळजी घेण्याची वृत्ती!

त्या वेळची एक आठवण माझ्या मनात घर करून बसली आहे. 'मला लागली कुणाची उचकी...' या गाण्याचं शूटिंग करायचं होतं; पण शूटिंगच्या वेळी अचानक मला चक्कर आली. डॉक्टर म्हणाले की, ब्लडप्रेशर लो झालं आहे. तीन दिवस विश्रांती घ्यावी लागेल. डान्सचा सेट तर लागला होता. लोकांनी शांतारामबापूंना सल्ला दिला, "सेट लागलाय, संध्याबाई व बाकीचे आर्टिस्ट तयार आहेत, दुसरी मुलगी घेऊन शूटिंग करा. नाहीतरी पाठीमागे नाचणाऱ्यांना एवढं कोण बघतं?" पण शांतारामबापू म्हणाले, "नाही, हिनं कष्ट घेतलेत, या गाण्याच्या एवढ्या रिहर्सल केल्यात; त्यामुळे आपण आत्ता दुसऱ्या सीनचं शूटिंग करू. हिला बरं वाटलं की, मगच या डान्सचं शूटिंग होईल." त्यांचं बोलणं ऐकून मला इतकं बरं वाटलं म्हणून सांगू! खरोखरच माणूस जोडण्याची कला त्यांच्याजवळ होती. या सर्व शूटिंगच्या वेळी शहाजीही माझ्याबरोबर असत. पुढे शांतारामबापूंनी त्यांनाही 'झुंज'मध्ये भूमिका दिली.

अशा तऱ्हेने कुणीही एक गुरू न करता मी एकलव्यासारखी पाहूनपाहून शिकले. अनंत माने यांच्याबरोबरही माझे पुष्कळ चित्रपट झाले होते. तेव्हाचा एक प्रसंग! जयश्री गडकर पुढे नाचणार होत्या, उषा चव्हाण आणि मी मागे! त्या नाचात अशी एक स्टेप होती की, एकाच फरशीवर लागोपाठ आठ चकरा द्यायच्या होत्या. रिहर्सलमध्ये मला त्या चकरा एका पॉइंटवर न हलता घेताच येईनात! झालं, त्या लोकांनी मला चिडवायला सुरुवात केली. तू कुठं शास्त्रीय नृत्य शिकली आहेस? तुला नाही यायचं. ते पुण्याचे लोक होते; त्यामुळे कोल्हापूरकरांना जरा कमीच समजत. त्यांचं बोलणं माझ्या मनाला लागलं; पण मी जिद्द धरली. घरी आल्यावर रात्री दोन वाजेपर्यंत न जेवता त्या चकरांची प्रॅक्टिस करत बसले. दुसऱ्या दिवशी सकाळी

माझा शॉट पहिल्याच वेळी ओके! उषाचे मात्र बरेच रिटेक्स घ्यावे लागले. ती नेमकी कॅमेऱ्याबाहेरच जायची; मी मात्र प्रत्येक वेळी बरोबर करायचे. अशा तऱ्हेनं माझ्यात काम करायची जिद्द होती. एकदा तर नवी नवी असताना अनंत माने म्हणाले, "लावणीची रिहर्सल आणि शर्ट-पँट काय घालून येतेस?" साडी नेसून ये, पदर मागं धरायची ॲक्शन करायची आहे." आईनं साडी नेसवून दिली. मी रिहर्सलला आले आणि पदर काढण्याऐवजी चुकून भरकन निऱ्याच काढल्या. सगळेजण खो-खो हसू लागले.

आता मला मुंबईच्या बाबला, झंकार, मेलडी मेकर्स अशा ऑर्केस्ट्रांतून मागणी येऊ लागली. मग माझ्या कोल्हापूर, मुंबई अशा वाऱ्या सुरू झाल्या. 'पिंजरा' झाल्यावर अनंत माने यांनी एक लोकनाट्य काढलं. 'आम्ही गोकुळच्या गवळणी!' मला वाटतं, ते १९७२ साल असावं. त्या लोकनाट्यामध्ये 'पिंजरा' सिनेमात मागे नाचलेल्या आम्ही चौघी गवळणी होतो. ते लोकनाट्य चालू असताना बाबलानं माझ्यासाठी लंडनची ट्रिप आणली. त्याचा ऑर्केस्ट्रा लंडनला होणार होता; पण मी तर अनंत माने यांना तारखा दिलेल्या! मी माने यांना विनवणी केली; पण ते काही ऐकेनात. मला खूप वाईट वाटलं, पहिल्यांदाच लंडनला जायला मिळणार होतं; पण मी माने यांना शब्द दिला होता; त्यामुळे बाबलाला मी 'नाही' असं कळवून टाकलं. शेवटी बाबलाने कल्पना अय्यरला घेतलं. तिची पोस्टर्ससुद्धा लंडनला पोहोचली. मी मनाशी म्हटलं, नशिबात असेल तर पुन्हा संधी येईल. अनंत माने यांनी आपल्याला एवढे चित्रपट दिले, त्यांना दुखवायचं नाही. लंडन दौऱ्याला एक आठवडा उरला आणि अनंत माने यांचा दौरा कॅन्सल झाला! एक आर्टिस्ट अचानकपणे आजारी पडले. मी माने यांना म्हटलं, "माझी एक चांगली संधी गेली. आता बाबला आयत्या वेळी मला कसा नेणार?"

माने म्हणाले, "काळजी करू नकोस, मी स्वतः बाबलाला फोन करतो." हो-नाही करत बाबला तयार झाला; पण एका आठवड्यात पासपोर्ट वगैरे तयार करण्याची जबाबदारी माझ्यावर पडली. मी आणि शहाजी मुंबईत आलो. मुंबईची काही माहिती नाही, कुणाची ओळख नाही. मंत्रालयातल्या ऑफिसरची सही हवी होती. निराश होऊन तिथं

बाकावर बसलो असता कोल्हापूरचे खासदार उदयसिंग गायकवाड तिथं आले. ते कोल्हापूरला आमच्या शेजारी राहात असत. ते म्हणाले, ''माया, तू इथं कुठं?'' त्यांनी पासपोर्टचं काम तिथल्या तिथं करून दिलं आणि मी लंडनला गेले.

अनंत माने यांच्याकडे शूटिंग करताना दहा-दहा दिवस आम्ही सर्व कलाकार एकत्र राहायचो. चित्रपटाचं काम संपत आलं की, सर्वांना वाईट वाटायचं; असे आमचे एकमेकांशी घरोब्याचे संबंध होते. आर्टिस्टकडून बरोबर काम काढून घ्यायची कला त्यांना चांगली अवगत होती.

१९७० नंतर मी मुंबईलाच शिफ्ट झाले असं म्हणायला हरकत नाही. १९७३ साली माझं आणि शहाजींचं लग्न झालं. सुरुवातीला शहाजी केवळ मला सोबत म्हणून ऑर्केस्ट्रामध्ये येत. मग हळूहळू तेही चांगले गातात असं सर्वांना कळलं आणि त्यांनाही ऑर्केस्ट्रात गायची संधी मिळू लागली. मग मी आणि शहाजींनी आमचे असे आयटम बसवले 'जवा नवीन पोपट हा' आणि 'जवळ ये लाजू नको' अशा गाण्यांवर मी नृत्य करायची आणि शहाजी ती गाणी म्हणायचे. हे आमचे आयटम इतके लोकप्रिय झाले की, कार्यक्रमाच्या जाहिरातीत माझं आणि माझ्या आयटमचं नाव झळकू लागलं. त्या काळात बरेचदा आमचा मुक्काम षण्मुखानंदला असे. बाळासाहेब ठाकरे बरेचदा त्या कार्यक्रमांना येत. त्यांच्या नातीला 'जवा नवीन पोपट हा' हे गाणं आणि त्यावरचा नाच बघायचा असे. तिला घेऊन ते विंगेत उभे राहत. आमचा नाच झाला की निघून जात.

सुरुवातीला ऑर्केस्ट्रामध्ये मराठी गाणी किंवा लावणीला काहीच वाव नव्हता. दादा कोंडके फेमस झाल्यावर शहाजींनी त्यांचं 'जवळ ये लाजू नको' गाणं बसवलं. ते स्वतः दादा कोंडके यांच्या वेषभूषेत रंगमंचावर येऊन ते गाणं सादर करीत आणि मी नाचत असे. आम्ही साहित्य संघात प्रथमच हा आयटम पेश केला, तेव्हा ऑर्केस्ट्रा बाबलाचा होता. लोकांनी आयटम डोक्यावर घेतला. वन्स मोअर दिले; पण बाबलाला आपल्याहून कुणी वरचढ झालेलं आवडत नसे. त्यानं पडदेवाल्याला सांगितलं, वन्स मोअर घ्यायचा नाही व तो परत इन्स्ट्रुमेंटवर बसायला गेला; पण प्रेक्षकांनी एवढा गोंधळ केला की, ते पुढचा आयटम ऐकून घेईनात. शेवटी बाबला उठला; त्यानं वन्स

मोअर घ्यायला सांगितला तेव्हा कुठे आमचा पुढचा कार्यक्रम सुरळीत पार पडला. मग मात्र आमच्या या आयटेमशिवाय एकही प्रयोग होईना!

सुरुवातीला आम्ही दिवसाला तीन-तीन, चार-चार प्रयोगही केले आहेत. तेव्हा पैशाची खूप गरज होती. राहायला जागा नव्हती. हाउसिंग बोर्डाच्या इमारतीत भाड्यानं राहत होतो. एक अजून आठवतं की, पंधरा ऑगस्टला सकाळी षण्मुखानंदला प्रयोग झाला. दुपारी फाइव्ह गार्डनला झाला आणि रात्री कल्याणला प्रयोग होता. दोन कार्यक्रमांचे पैसे आईपाशी ठेवायला दिले आणि कल्याणची गाडी पकडायला आम्ही दादरला गेलो. त्या काळात मी मेकअप करून, कॉश्च्यूम घालून शिवाय बुरखा घेऊन फिरले आहे. कारण कार्यक्रमाच्या आधी तेवढी तयारी करायला वेळ मिळेलच अशी शाश्वती नव्हती. दादरला ट्रेन लागलेली दिसली. मी शहाजींबरोबर आत शिरले. आता तासाभरात कल्याण येईल, म्हणून सुस्कारा टाकला; तोच ध्यानात आलं की, ही गाडी नेहमीची लोकल नाही. आम्ही गडबडीत चक्क थ्रू ट्रेनमध्ये चढलो होतो. तेवढ्यात टी.सी. आलाच! त्यानं सांगितलं की, ही मद्रास मेल आहे. मी बुरख्यात, बाजूला शहाजी मेकअप करून बसलेले! त्या टी.सी.ला वाटलं की, काहीतरी भानगड आहे. तो संशयानं पाहू लागला. बरं, आमचं लोकलचं तिकीटही त्या गाडीला चालत नव्हतं. त्या मद्रासी टी.सी.ला शहाजी सांगू लागले, “अहो, आम्ही कलाकार आहोत; कल्याणला प्रयोग आहे रात्री!” तो टी.सी. काही ऐकेना. दंडाचे पैसे मागू लागला. आमच्याजवळ फक्त पन्नास रुपये होते. शेवटी गाडीतल्या इतर मंडळींनी आमचं बोलणं ऐकलं. आमच्या प्रयोगाची जाहिरातही त्या दिवशीच्या पेपरला होती. आमच्या वतीनं त्या मंडळींनी टी.सी.जवळ रदबदली केली; पण तो कसला खट! त्यानं शहाजींना बाजूला घेऊन पन्नास रुपये घेतलेच! “अहो, रिक्षा-बसला तरी थोडे पैसे ठेवा.” शहाजी त्याला म्हणाले; पण त्यानं काही ऐकलं नाही. कल्याण आल्यावर म्हणतो कसा, “प्लॅटफॉर्मवर उतरू नका, पलीकडच्या बाजूला उतरा.” आम्ही कसेबसे खाली उतरलो. उतरल्यावर वरून टी.सी.नं विचारलं, “आता कसे जाणार?” आम्ही म्हटलं, “जातो चालत, आता काय करणार!” तेव्हा त्यानं आम्हाला वीस रुपये काढून दिले. अशीही माणसं भेटतात.

आता माझ्या नावावर इतरांचे ऑर्केस्ट्रा भरपूर चालू लागले तेव्हा मी आणि शहाजींनी विचार केला की, आपल्या नावाचा फायदा आपल्याला स्वतःलाच का मिळू नये? म्हणून मग आम्ही स्वतःच आमचा ऑर्केस्ट्रा काढला- नाव ठेवलं, 'लव्हली स्टार्स!' ही आमची पहिली स्वतंत्र निर्मिती! आर्थिकदृष्ट्या आम्ही फार भक्कम नव्हतो; पण तरीही जिद्द होती! आमच्या ऑर्केस्ट्रानं प्रथमच ग्रूप डान्स स्टेजवर आणला. त्यात गाण्यांइतकंच नृत्यालाही महत्त्व असे. त्यात आम्ही अनेक क्लासिकल सिनेगीतांवरही नृत्यं करत असू. 'स्वर्णसुंदरी' या सिनेमात 'कुहु कुहु बोले कोयलिया...' हे फक्त गाण्याच्या स्वरूपात आहे. आम्ही कल्पनेनं त्या गाण्यावर नृत्य बसवलं. या काळात आमचं षण्मुखानंद हॉलवर जणू वास्तव्यच असे. सुंदर कपडे, लाइटिंग, सजावट यामुळे आमचा ऑर्केस्ट्रा अतिशय नेत्रसुखद होता. दसऱ्याला, पंधरा ऑगस्टला मोठमोठ्या कंपन्या आमचे शोज ठेवीत असत. एकदा ठाण्याला लागोपाठ दोन प्रयोग होते. रात्री दहा वाजता आगरी पाड्याला कार्यक्रम होता. आम्ही ट्रॅफिक जॅममध्ये असे काही अडकलो की, रात्री दहाचा शो होता, तिथं पोहोचलोच मुळी बारा वाजता! सेट वगैरे लावून होईतो एक वाजला. लोक आधी जरा गरम झाले होते; पण ऑर्केस्ट्रा सुरू झाला. मग मात्र, आम्ही सगळी दगदग विसरलो आणि लोकही कार्यक्रमात अगदी रंगून गेले. पहाटे पाच वाजता तो कार्यक्रम आम्ही संपवला. खरोखर! कलाकारांना कलेचीच एक प्रकारची नशा चढते. तहान-भूक, शारीरिक व्याधी काही म्हणता काही आठवत नाही. ते सगळं काही आठवतं ते प्रयोग झाल्यावर!

आम्ही बऱ्याच ठिकाणी आमचा लव्हली स्टार्स ऑर्केस्ट्रा केला. 'मार्मिक'च्या वर्धापन दिनानिमित्त केला. महाराष्ट्र शासनासाठी केला. एवढंच काय? अहो, हाजी मस्तानसमोरही आम्ही कार्यक्रम केला. त्याचं असं झालं की, आम्हाला एका कार्यक्रमाचं बोलावणं आलं. आम्ही होकार दिला. त्यानं पत्ता सांगितला बॉम्बे गॅरेज! त्याप्रमाणे तिथे गेलो; बघतो तर काय, भला मोठा राजाचा राजवाडाच जणू! आमचं अगदी अदबीनं स्वागत झालं. आम्हाला त्यांनी तयारी करण्यासाठी दोन खोल्या उघडून दिल्या. त्या खोल्यांमध्ये अक्षरशः लाखो रुपयांचं सामान ठेवलेलं होतं. त्या दिवशी हाजी मस्तानचा वाढदिवस होता. त्या कार्यक्रमाला मुक्रीसुद्धा हजर

होते. कार्यक्रम चांगला झाला. हाजी मस्तान अगदी शांतपणे बसले होते, गाणं संपलं की, फक्त टाळ्या वाजवायचे. अध्येमध्ये काही बोलणं नाही, दारू पिणं नाही; काही नाही.

तसा तर आम्ही दगडी चाळीतही कार्यक्रम केला. तिथं गेल्यावर आम्हाला कळलं की, दगडी चाळ ती हीच आणि अरुण गवळी ते हेच! अरुण गवळींनीही आम्हाला फर्माईशी केल्या- त्यामध्ये 'येऊ कशी तशी मी नांदायला', 'जवळ ये लाजू नको' इत्यादी गाणी होती.

आम्ही कलाकार आहोत. कला हाच आमचा धर्म! आम्ही कुठल्याही पक्षाच्या झेंड्याखाली नाही, कला हाच आमचा पक्ष आणि कला हेच आमचं जीवन! आमची कला दाखवताना अनेक लोकांशी - वलयांकित लोकांशी आमचा संबंध आला; पण सर्वांनी मला आदरानंच वागवलं. परदेश दौऱ्यात बाबला, मेलडी मेकर्स, तबस्सुम हिट परेड यांच्या ऑर्केस्ट्रात अमिताभ बच्चन, संजीव कुमार, मुकेश यांच्याबरोबर काम करायला मिळालं ही मोठी भाग्याची गोष्ट समजते मी! तिथंही लोक 'वुई वॉंट माया' असंच ओरडायचे.

या कार्यक्रमांमध्ये फक्त एकदाच भीतिदायक अनुभव आला. तेव्हा अलंकार सिनेमाजवळ आमचा कार्यक्रम होता. रात्री फक्त बारा वाजेपर्यंत कार्यक्रम करायचा एवढीच परवानगी मिळाली होती. अचानक पावणेबारा वाजता तान्या कोळी मित्रांबरोबर आला. समोर दारू आणि बाजूला बंदूक! नोटाचं पुडकंही घेऊन बसला. गाणं मध्येच तोडून फर्माईशी करू लागला. आता खरं तर कार्यक्रम संपायची वेळ आली होती. मुख्य म्हणजे माझ्या आणि शहाजींच्या भरवशावर कार्यक्रमातल्या दहा-बारा मुलींना त्यांच्या आई-वडिलांनी पाठवलं होतं; पण तान्या कोळीपुढे कुणाचा आवाज निघेना. इतक्यात स्टेजच्या मागच्या बाजूला इन्स्पेक्टर कदम आले. ते आमच्या कोल्हापूरचेच! सध्या त्याच भागात त्यांची ड्यूटी होती. त्यांनी शहाजींना विचारलं, "काय हो, अजून कार्यक्रम का बंद झाला नाही?" त्यावर शहाजी म्हणाले, "अहो, कोण तो तान्या कोळी येऊन बसलाय. पुन्हा पहिल्यापासून सगळा ऑर्केस्ट्रा करा म्हणतोय. आता काय करायचं?" तेव्हा इन्स्पेक्टर कदमच आमच्या पाठीशी देवासारखे धावून आले. त्यांनी तान्या कोळीची समजूत घातली. त्याला परत पाठवलं.

ऑर्केस्ट्रात काम करता करता मला शाहीर साबळे यांच्याकडून

लोकनाट्यात काम करण्याची ऑफर आली. नाटकाचं नाव होतं - 'कसं काय वाट चुकला?' आणि दिग्दर्शक होते सुहास भालेकर! अगोदर संजीवनी बीडकर ते काम करणार होत्या; पण त्यांना काही कारणानं जमलं नाही; त्यामुळे मला संधी मिळाली. मलाही केवळ नृत्य एके नृत्य न करता अभिनयही करावा, अशी खूप इच्छा होती. या नाटकातली माझी भूमिका आव्हानात्मक होती. सुरुवातीला एक तमासगिरीण ते पुढे एक संसारी स्त्री असे सर्व बदल त्यात दाखवायचे होते. ते लोकनाट्य म्हणजे एक राजकीय उपहासनाट्यच होतं. त्याचं मूळ नाव होतं- 'विहीर चोरीला गेली.' सरकार दरबारी कसा गोंधळ असतो आणि कागदोपत्री कशी कामं दाखवली जातात हे त्यात रंजकपणे मांडलं होतं. कार्यक्रम संपल्यावर कित्येक स्त्रिया मला उत्स्फूर्तपणे भेटायला यायच्या. या नाटकामुळे मी मुंबईच्या लोकनाट्यात स्थिरावले असं म्हणायला हरकत नाही. शहाजीदेखील त्या नाटकात शाहीर साबळे यांच्या मागे कोरसमध्ये गात. शाहिरांकडे आम्हाला खूप काही शिकायला मिळालं. आजही शहाजींना गाताना त्याचा खूप उपयोग होतो. शाहीर साबळे यांच्यामुळेच आम्हाला कळलं की, लोकनाट्यही बंदिस्त असू शकतं. त्यालाही नेपथ्य असू शकतं. संजय खानच्या 'द ग्रेट मराठा' या सीरियलमध्ये त्यांनी शहाजींना शाहिराचंच काम दिलं. त्या वेळी शहाजी स्वतः गायलेच; पण त्याचबरोबर त्यांनी जातिवंत शाहिरी अभिनयही केला. ते पाहून स्वतः शाहीर साबळे यांचा शहाजींना फोन आला, ''अरे, तू हे शिकलास तरी केव्हा?'' तेव्हा शहाजी म्हणाले, ''अहो, तुमच्याकडूनच तर शिकलो. तुमच्या मागं राहून शिकलो.''

खरोखरच साबळे यांचा आवेश, शब्दांची फेक, भक्तिभावाने गातानाचा हळुवार आवाज सगळं काही लक्षात राहण्यासारखं होतं.

माझ्या आयुष्यातला आतापर्यंतचा कीर्तीचा क्षण म्हणजे मला पॅरिसच्या 'भारत महोत्सवा'त आयफेल टॉवरच्या खाली माझी कला सादर करायला मिळाली. महाराष्ट्रातर्फे आमच्या ग्रूपला निवडलं गेलं; तेव्हाही आमची जरा धावपळच झाली. झालं काय, दिल्लीहून निवड समिती आली. त्यांच्यापुढे आम्हाला कार्यक्रम करून दाखवायचा होता. आम्ही आमच्या छान छान जरीच्या साड्या, शालू काढले. नवीन लावण्या निवडल्या. त्यांनी कार्यक्रम बघितला. त्यांचं म्हणणं पडलं

की, असा कार्यक्रम नको. नव्या लावण्यांऐवजी पारंपरिक लावण्या हव्यात. वेषभूषासुद्धा चोळ्या, इरकली लुगडी अशी हवी! निवड समिती दुसऱ्या दिवशी दुपारी एक वाजता जाणार होती. आम्ही विचार केला की, उद्या सकाळी दहा वाजता आपण त्यांना दुसरा कार्यक्रम करून दाखवू. नाहीतर ही सोन्यासारखी संधी हातची जाईल. ते लोकही हो म्हणाले. मग आम्ही दुपारी चार वाजता घरी आलो. सगळ्या कलाकारांनाही सोबत आणलं. मी आणि शहाजींनी पठ्ठे बापूराव, होनाजी बाळा यांच्या लावण्या निवडून काढल्या व रात्रभर डान्सेस बसवले. पहाटे चार वाजेतो सर्वांनी प्रॅक्टिस केली आणि सकाळी दहा वाजता आम्ही कार्यक्रम केला. तो त्यांना पसंत पडला. मग काय, आमच्या सर्व कलाकारांना गव्हर्नमेंटकडून स्पेशल पासपोर्ट मिळाले व आमचा ग्रूप पॅरिसला गेला. आम्ही सर्व मिळून जवळजवळ अडीचशे कलाकार होतो. आयफेल टॉवरजवळ सतरा स्टेडियम्स उभारले होते. आमच्या प्रोग्रॅमला पहिल्या दिवशी लाख-दीड लाख गर्दी होती. दुसऱ्या दिवशी ती वाढून पाच-सहा लाख झाली. दुभाषी कार्यक्रमाचं स्वरूप समजावून सांगायचे. दागिने, नथ, नऊवारी साडी याबद्दल तिथे फारच कुतूहल होतं. तिथं आम्ही वाघ्या-मुरळी, जोगवा, कडकलक्ष्मी, लावणी असे लोकसंगीतावर आधारित डान्सेस केले.

तिथून परत आलो आणि परत आल्या आल्या इस्त्राईलचा एक कार्यक्रम मिळाला. सॉलोमन मोझेस नावाचे एक मराठी ज्यू गृहस्थ होते. ते इस्त्राईलला स्थायिक झाले होते. त्यांनी तिकडच्या महाराष्ट्र मंडळातर्फे आमचा कार्यक्रम केला. तो त्या लोकांना खूपच आवडला. ते म्हणाले, ''तुम्ही वर्षातले तीन महिने इथं राहा. आमच्या मुलींचे नाचाचे क्लास घ्या.'' पण आम्हाला ते शक्य नव्हतं. मग त्यांनी आमच्या नृत्याच्या व्हिडिओ कॅसेट्स काढल्या. तिथून परत आलो आणि लगेच मॉरिशस्चा दौरा आला. आता मात्र आमच्याबद्दल बऱ्याच लोकांच्या पोटात दुखू लागलं. यांनाच का सगळे कार्यक्रम मिळतात? अशी कुजबुज सुरू झाली; पण त्या लोकांना हे कळत नव्हतं की, यामागे नशिबाचा भाग असला तरी जोडीला आमची मेहनत होती, सातत्यही होतं. आमचा कार्यक्रम घेण्यासाठी येणारे लोक आमची रिहर्सल बघत. ती त्यांना आवडत असे; म्हणून तर ते आम्हाला घेऊन जात.

साहित्य संघात आमची लोकनाट्यं होत असत; त्यामुळे तिथल्या लोकांशी परिचय झाला. मुंबई मराठी साहित्य संघाला होनाजी बाळा नाटकाचं पुनरुज्जीवन करायचं होतं. भालचंद्र पेंढारकर दिग्दर्शक, तर रामदास कामत होनाजीचं काम करणार होते. या नाटकात काम करशील का? असं त्यांनी मला विचारलं. मलाही लोकनाट्य एके लोकनाट्य असा शिक्का नको होता. मी अगदी आनंदाने हो म्हटलं. भालचंद्र पेंढारकरांजवळ त्यातल्या गुणवतीच्या भूमिकेसाठी मी खूप मेहनत घेतली. त्यातही लावणी होती; पण संगीत नाटकातली लावणी व लोकनाट्यातली लावणी यांच्या सादरीकरणात फरक आहे अन् तो फरक मी जपला. भालचंद्र पेंढारकरही मला नाचातल्या काही स्टेप्स दाखवायचे. नाटक लोकप्रिय होतं. त्यात माझ्यासाठी दोन गाणीसुद्धा होती. पूर्वी लीला मेहता ते काम करीत. त्यांचा आवाज माझ्यापेक्षा खूपच बरा! रामदास कामत यांच्या समोर व त्यांच्या जोडीनं गाणं म्हणायचं म्हणून मला थोडं टेन्शन आलं; पण पेंढारकरांनी धीर दिला. त्यांनी माझ्याकडून ती गाणी चांगली बसवून घेतली आणि मी प्रयोग करू लागले. त्याबद्दलची एक हृद्य आठवण माझ्यापाशी आहे. पूर्वी सांगलीला जनता नाट्यगृह होतं. त्याचं नामकरण दीनानाथ मंगेशकर नाट्यगृह करायचं असं ठरलं. त्याप्रसंगी स्वतः लताबाई उपस्थित राहणार होत्या. त्यांच्यासमोर गायचं म्हणून मला खूप टेन्शन आलं. त्या नाटकात प्रत्येक अंकाच्या शेवटी एक डान्स होता. पहिला अंक झाला आणि लताबाई आत आल्या. त्यांनी मला मिठीच मारली. त्यांना नाटक खूप आवडलं. तिथल्या तिथं त्यांनी मला हजार रुपयांचं बक्षीस जाहीर केलं. हा माझ्या आयुष्यातला अत्यंत आनंदाचा क्षण असे म्हणावे लागेल. त्यानंतर लताबाई बरेच वेळा माझ्या कार्यक्रमाला आल्या.

एकदा माथाडी कामगारांसाठी हे नाटक करण्यात आलं. त्यांना अशा तऱ्हेचं संगीत नाटक माहीत नव्हतं. दोन अंक झाल्यावर प्रेक्षक निघून जाऊ लागले! त्यांना वाटलं, नाटक संपलं. मग त्यांना बोलावून आणावं लागलं, ''अहो, अजून तिसरा अंक आहे.'' तेव्हा ते परत आले. प्रेक्षका-प्रेक्षकांतही फरक हा असतोच!

त्यानंतर मी 'जयजय गौरीशंकर', 'बाजीराव मस्तानी', 'बावन्नखणी'

अशा अनेक संगीत नाटकांत कामं केली. 'बावन्नखणी'त खूप नृत्यं होती. शेवटी अर्धा-पाऊण तास तर स्टेजवर माझं एकटीचं नृत्य होतं. 'कंदुकवनीची मी नवयुवती' असे ते गाण्याचे बोल होते. त्या नृत्यात मी चेंडू हातात घेऊन खेळवायचे. त्यातच पुढे होळीचं गाणं होतं. मी भालचंद्र अण्णांना विचारलं, ''होळीच्या नाचाच्या वेळी रंग वापरू का?'' ते म्हणाले, ''बाई, नको! गाणाऱ्या मंडळींचे आवाज बसतील ना!''

मग काय बरं करावं, असा विचार करताकरता माझी आई आली मदतीला धावून! ती म्हणाली, रंगीत रुमाल, ओढण्या, रिबिनी यांचा वापर कर. अन् मी तसं केलं. मी जादूचा रुमाल वापरून रंग चेंज करायची, तेव्हा टाळ्यांचा कडकडाट व्हायचा. या नाचात मी डोक्यावरून ओढणी फिरवायची एक स्टेप घेतली. ती स्टेप मी पूर्वी वैजयंतीमालाच्या एका नृत्यात पाहिली होती. त्या स्टेपलाही खूप टाळ्या पडायच्या. एकदा तर पंधरा मिनिटांच्या त्या होळीनृत्याला चौदा टाळ्या पडल्या होत्या.

मी लावणी नृत्याकडे मुख्यतः वळले ती महाराष्ट्र शासनानं आयोजित केलेल्या 'लावणी महोत्सवा'मुळे! यशवंतराव चव्हाण सेंटर, नेहरू सेंटर अशा ठिकाणी हे महोत्सव होत. या महोत्सवांत बाहेरूनही खूप तमाशा पार्टी येत. प्रत्येकाला अर्धा- अर्धा तास कार्यक्रम करण्याची संधी मिळे. तीन-तीन दिवस तो कार्यक्रम चाले. त्यात आमच्याही ग्रूपला बोलावणं होतं. कथ्थक आणि लावणी यांचा संबंध आहे. त्या दृष्टीनं आम्ही एक नवा प्रयोग म्हणून लावणी व कथ्थक यांची जुगलबंदी ठेवली. प्राची शहानं कथ्थक केलं, मी लावणी केली. ही जुगलबंदी लोकांना खूप आवडली. त्याच महोत्सवात सुरेखा पुणेकरशी माझी गाठ पडली. ती बैठकीची लावणी करीत असे. त्याच सुमारास अमेरिकेतून 'सुंदरा मनामध्ये भरली' हा कार्यक्रम घेऊन लोक आले. मोहन वाघांचं बॅनर होतं. ते लोक तिथून येऊन इथं करतात तर आम्ही का करू नये, असा विचार माझ्या मनात घोळत असताना मनोहर नरे हे निर्माते माझ्याकडे आले आणि 'सोळा हजारात देखणी' हा देखणा कार्यक्रम रंगमंचावर आला. आम्ही म्हटलं, सुरेखा पुणेकरलाही या कार्यक्रमात घेऊ. शहाजी तिचा पत्ता शोधून तिच्या घरी गेले. सुरुवातीला प्रतिसाद कमी होता;

पण हळूहळू माउथ पब्लिसिटीमुळे तो वाढला. कार्यक्रम अतिशय बांधीव व नीटनेटका होत असे. हळूहळू सुरेखालाही वाटू लागलं की, आपण आपला वेगळा कार्यक्रम करावा. मग तिच्या जागी आम्ही संजीवनी मुळे-नगरकरला घेतलं. मेधा घाडगेही आली. अडीचशेहून जास्त प्रयोग झाले आहेत आत्तापर्यंत!

मागच्या वर्षी जानेवारी महिन्यात महाराष्ट्र शासनानं विचारलं, 'व्ही. शांताराम यांच्यावर कार्यक्रम कराल का?' त्यांचा जन्मदिन १८ फेब्रुवारीला होता. त्या दिवशी त्यांना कार्यक्रम हवा होता. शतकमहोत्सवी वर्ष होतं ते! पण आम्हाला इतक्या थोड्या कालावधीत ते शक्य नव्हतं. प्रॅक्टिसला कमीतकमी चार महिने तरी हवे होते. शिवाय चित्रपतींचं शिवधनुष्य उचलायचं म्हणजे कॉश्च्यूम्स, प्रकाशयोजना सगळं काही उठावदार हवं! त्यासाठी खर्चही अर्थातच खूप होता; त्यामुळे शासनाने माघार घेतली; पण आमच्या डोक्यात मात्र या कल्पनेनं चांगलंच घर केलं आणि आम्ही चित्रपती व्ही. शांताराम कार्यक्रम तयार करायच्या खटपटीला लागलो. त्यामध्ये आम्हाला मुंबई मराठी साहित्य संघाची खूप मदत झाली. त्यांच्या सहकार्यानेच आम्ही हा कार्यक्रम केला आहे. त्यांनी रिहर्सल, स्टेज, सेटिंग यात मदत केली तर कपडेपट आणि डान्सेस याची जबाबदारी आम्ही स्वीकारली. सकाळी नऊ ते अकरापर्यंत आम्ही रिहर्सल केल्या. हा कार्यक्रमही चांगली पकड घेतो आहे. अर्थात आम्हा दोघांना अजूनही काही नवनवीन करायची उमेद आहे. आचार्य अत्र्यांचे नातू राजेंद्र पै यांनी एकदा 'मी मंत्री झालो' हे नाटक बसवलं होतं. त्यात मी काम केलं होतं. त्या वेळी जाहिरात करताना त्यांनी मला 'नृत्य समशेर' अशी पदवी दिली. समशेर म्हणजे तलवार! त्यामुळे तलवारीसारखं माझं नृत्य लखलखतं आणि ते धारदार ठेवण्याची जबाबदारी साहजिकच माझ्यावर आली आणि मी ती माझ्या शक्तीप्रमाणे पार पाडते आहे.

मला माहेराबरोबर सासरही कलाप्रेमीच मिळालं. शहाजींची आई सुलोचनाबाई काळे स्वतः नाटकात कामं करीत. त्यांची बहीण लता काळे (कर्नाटकी) याही प्रसिद्ध अभिनेत्री होत्या; त्यामुळे विरोध वगैरे कुणाचा नव्हताच! उलट पाठिंबाच मिळाला; त्यामुळे हे एवढं कार्य करणं शक्य झालं. अजूनही एखाद्या रात्री प्रयोग नसला की बरं वाटत

नाही. असं वाटतं की, असेच प्रेक्षक यावेत, असेच प्रयोग व्हावेत; आपल्या कलेमुळे त्यांच्या शरीरातील आणि मनातील आधी-व्याधींचा त्यांना विसर पडावा. पैशापेक्षाही आम्हाला नावाचं महत्त्व अधिक आहे.

पुण्यात प्रयोग झाल्यावर एक बाई गहिवरून भेटायला आली. म्हणाली, ''तुम्ही अगदी काळजाला हात घातलात.'' कालिदास, मुलुंडला प्रयोग असताना एक मुलगी तिच्या कॅन्सर झालेल्या आईला भेटायला घेऊन आली. त्या बाई म्हणाल्या, ''तुमचा कार्यक्रम बघताना मी सगळं दुखणं, सगळ्या वेदना विसरले.'' खरोखरच याहून अधिक मोठं सर्टिफिकेट कलाकाराला काय मिळू शकतं?

म्हणूनच मला वाटतं, देवा मला मोक्ष नको; मला पुढचा जन्म माणसाचा दे आणि तोही कलाकाराचाच दे! कष्ट आणि संकटं कुणाला चुकलीत? पण कला सर्व दुःखं विसरायला लावते.

आयुष्यात शेकडो रात्री कार्यक्रम करण्यात रंगल्या. कधी मनाला वाटतं, रात्र संपूच नये. कार्यक्रम झाल्यावर थकवा येतो; पण तेवढ्यापुरता. दुसऱ्या दिवशी रात्री पुन्हा पाय स्टेजकडे वळतात.

शब्दांकन : **सविता दामले**

■

नटरंगी नार उडवी लावणीचा बार

सुरेखा पुणेकर

आज चांगल्या थिएटरमध्ये माझा कार्यक्रम लागतो, पडदा उघडल्यावर मी स्टेजवर उभी राहून नटराजाला वंदन करते आणि समोर बघते, खूप मोठ्या संख्येनं प्रेक्षक आलेले असतात. त्यात अनेक स्त्रियादेखील असतात. ते दृश्य पाहून माझं मन अगदी सुखावून जातं. वाटतं, मी होते कुठं? आणि आले कुठं? किती लांबवरची मजल मारली मी!

माझा जन्मच मुळी तमाशा पार्टीतला! माझ्या वडिलांचा स्वतःचा फड होता. ते स्वतः सोंगाड्याचं काम करायचे. आम्ही मूळचे पुण्याचे!

माझ्या जन्मापूर्वी लकडी पुलाजवळ आमचं घर होतं. पानशेतचा पूर आला आणि आमचं घर वाहून गेलं. त्यानंतर सरकारनं घरं दिली, त्यात आम्ही स्वारगेटला राहायला आलो. पूर आला तेव्हा माझी सर्वांत थोरली बहीण दोन वर्षांची होती. तिच्या मागे आम्ही पाच बहिणी! मी सर्वांत धाकटी! मूळ घर जरी पुण्यात असलं तरी आम्ही बैलगाडीतून गावोगाव फिरायचो. रात्री तमाशा असे. तमाशा झाला की, पुढल्या गावी जायचं. रात्रीचे दोन- दोन, तीन-तीन किलोमीटर चालायचो आम्ही तेव्हा! दुसऱ्या दिवशी नवीन गावात! चैत्रात तर बऱ्याच गावांत जत्रा भरायची. तिथं सकाळी नऊ ते दुपारी दोन वाजेपर्यंत देवापुढे हजेरी लावायची. मग संध्याकाळी गावात छबीना फिरवून रात्री तमाशा करायचा. तो तमाशाही पहाटे पाच-साडेपाचपर्यंत चालत असे.

वेगवेगळ्या गावांमध्ये मुक्काम असे. जेवण बनवायला, त्याचं सामान आणायला कुणाला सवडच नसे. गावातले लोक वडिलांना म्हणायचे, "तुमच्या कलावंतांना आमच्या घरी पाठवा; आम्ही त्यांना जेवण देतो." बाकीचे कलाकार जायचे. आई वडिलांना म्हणायची, "मुलींसाठी तुम्ही जेवण घेऊन या."

त्या काळी तमासगीर दारात आला की स्त्रिया जेवण देत नसत. हाकलून द्यायचे. मग वडील गावातून चार घरांत तमासगिरांसाठी म्हणून जेवण मागून आणत. चार घरची चार कालवणं एकाच भांड्यात एकत्र होत. त्यात एखादं बरबाटसुद्धा असे. त्यात मटणाचा तुकडा मिळणं ही अशक्य गोष्ट होती. अर्थात् इतकी भांडी कोण देणार? त्यामुळे ते सर्व एकत्र होत असे. त्याच्या जोडीला कुणाकडच्या जोंधळ्यांच्या भाकरी, कुणाकडच्या तांदळाच्या भाकरी तर कुणाकडच्या चपात्या अशाही एकत्र होत. अशा तऱ्हेचं जेवण मी कित्येक वर्षं खाल्लेलं आहे.

रात्री टेंब्यांच्या प्रकाशात तमाशा सुरू होई. बैलगाडीतलं सामान खाली उतरे. स्टेजही मातीचं असे. मी सात-आठ वर्षांची असल्यापासून तमाशात गाऊ लागले. मी इतकी लहान होते की, वडील मला खुर्चीवर उभी करत; नाहीतर लोकांना दिसलेच नसते. तेव्हा माझी ठरलेली गाणी म्हणजे 'ढगाला लागली कळ!' आणि 'प्रीतीचं झुळझुळ पाणी!' शिवाय हिंदी गाणीसुद्धा होतीच. माझा आवाज तेव्हापासून लोकांना आवडू लागला. लोक वडिलांना सांगायचे, "ही पोरगी पुढे

नाव काढील, चांगलं गाते.'' मग कुणी मला रेवड्या देत, खाऊ देत, नाहीतर रुपयांच्या नोटांची माळ गळ्यात घालत.

माझ्या आई-वडिलांनी खूप कष्ट केले. रात्री टेंब्या लावायच्या, गाडीत पेट्या चढवायच्या आणि उतरवायच्या. आम्ही आर्यभूषण थिएटरमध्येही तमाशा करत असू. तिथं रोशनबाई सातारकर, यमुनाबाई वाईकर यांच्या पार्ट्या यायच्या. त्यांचा नाच बघून मी विंगेत नाचायची. तेव्हा मला वाटायचं, ''यांच्यासारखं मला गाता येईल का? नाचता येईल का?'' यमुनाबाई वाईकरांच्या बैठकीच्या लावणीचं मी निरीक्षण करायचे. सरलाबाई नांदुरेकर स्टेजवर केस उडवायची एक छान ॲक्शन करायच्या. तीही मी पाहून पाहून शिकले. आज माझ्या कार्यक्रमात ही ॲक्शन लोकांना खूप आवडते. वडील माझ्यासाठी खूप कष्ट घ्यायचे. खरं तर त्यांना वेळ नसायचा. ते वगनाट्यात सोंगाड्याची कामे करत असत. वेळ मिळाला की, वडील पेटी घेऊन बसायचे. मला गायला लावायचे.

आम्ही बहिणी मोठ्या झाल्यावर वडिलांनी बैलगाडीचा तमाशा बंद केला. कारण वाढत्या वयाच्या मुलींना घेऊन बैलगाडीचे तमाशे करणं बरं दिसत नव्हतं. मग आम्ही सुरेखा पुणेकर आणि पार्टी असा माझ्या नावाचा तंबूचा फड काढला. दोन जीपगाड्या घेऊन दोन वर्षे आम्ही गावोगाव फिरलो; पण असे वाईट वाईट अनुभव यायचे. कुठे दंगलच व्हायची, तर कुठे मारामारी!

एकदा करमाळ्याला कार्यक्रम झाला. मी गाणं म्हटलं, 'दे दे प्यार दे!' हे गाणं तेव्हा फेमस होतं. सारखा आपला वन्स मोअर! तोही एक-दोन वेळा घेतला; पण पब्लिकचा हट्ट काही थांबेना. वन्स मोअर तरी किती वेळा घेणार? शेवटी झाली दंगल! पब्लिकनं तंबू, कनाती फाडल्या. आम्ही आत पळालो. मी पँट-शर्ट घालून तिथून निसटले. शेवटी पोलीस स्टेशनमध्ये जाऊन त्यांच्या गाडीतून आम्ही दुसऱ्या गावी गेलो.

एकदा सटाणा तालुक्यात जत्रेच्या वेळी आम्ही तमाशा लावला. तमाशा झाला हाउसफुल! हाउसफुलचा बोर्ड गेटवर लावला तरी पाच-सहाजण आत घुसू लागले. त्यांना अडवणाऱ्या आमच्या माणसालाच त्यांनी मारहाण केली. मग त्यांना दवाखान्यात न्यायला आमचा ड्रायव्हर आणि आणखी चार माणसं जीपमध्ये बसली. रात्रीची वेळ, ड्रायव्हरनं

जीप रिव्हर्समध्ये घेतली आणि ती हेलपाटे घेत चक्क दोनशे फूट खोल दरीत कोसळली की! आमच्या तमाशाच्या तंबूच्या मागेच ती दरी होती. नशीब चांगलं म्हणून कुणाला गंभीर दुखापत झाली नाही. त्या घटनेनंतर मी तमाशा पार्टीच बंद केली. एक तर मी मालकीण, म्हणजे मुळातच लहान दिसायची. अनुभवी बेरकीपणा अंगात नव्हता; त्यामुळे कुठं वजनच पडायचं नाही. कुणी काहीबाही बोलायचं, त्रास द्यायचं.

मग मी नाटकांतून कामं करू लागले. सरकारी कार्यक्रमांत भाग घेऊ लागले. दारूबंदी, हुंडाबळी असे त्या नाटकांचे विषय असत. तेव्हा दीडशे रुपये नाइट मिळत असे. आकाशवाणीवरही कार्यक्रम केले.

त्यानंतर एका निर्मात्याकडे काम करू लागले. तो निर्माता आणि त्याचा मुलगा - दोघंही माझ्याकडे फालतू नजरेनं बघत. मला ते आवडत नसे. कार्यक्रम झाला की, लोक कौतुकानं मला भेटायला यायचे. माझी कला बघून ते मला भेटायला येत; पण ते या निर्मात्याला बघवत नसे. तो म्हणायचा, ''अजिबात कुणाशी बोलायचं नाही. मग तू दुसरा कार्यक्रम काढशील.''

मी म्हणायचे, याच्या कार्यक्रमात भाग घेते म्हणजे यानं काय मला खरेदी केलंय की काय? हा निर्माता असा खट होता की, इतर बायकांचे दोनशे रुपयेही पटकन द्यायचा आणि माझे दीडशे रुपये देण्यात मात्र चालढकल करायचा. एकदा आमचं खूप भांडण झालं. तो बोलला; तशी मीही बोलले. मग रात्री बारा वाजता त्यानं मला डेक्कनला सोडून दिलं. तमाशात काम करणाऱ्या मुलींचीही जबाबदारी घ्यायची असते, ते साधं पथ्यही त्या माणसानं पाळलं नाही. मग मी एका रिक्षात बसले, त्याला म्हटलं - ''भाऊ, मला कर्वेनगरला जायचंय.'' तो रिक्षावाला चांगला होता, त्यानं मला माझ्या घरी पोहोचवलं. त्या निर्मात्यानं माझे वीस कार्यक्रमांचे पैसे बुडवले.

त्यानंतर मी 'कथा अकलेच्या कांद्याची' या नाटकात निळूभाऊ फुले यांच्याबरोबर काम करू लागले. निळूभाऊंना अजिबात गर्व नव्हता. लोक त्यांना बघायला यायचे. मला वाटायचं, माझंही असंच नाव होईल का? मलाही बघायला लोकांची गर्दी होईल का? हळूहळू त्या नाटकाचे प्रयोगही बंद झाले आणि मी पुन्हा तमाशाकडे वळले. माझं नाव होईल हे निदान त्यावेळी तरी केवळ स्वप्नरंजनच होतं.

१९९८ मध्ये चैत्र महिन्यात नारायणगावला माझा तमाशा होता; तेव्हा अनिल देशमुख आणि प्रमोद नवलकरांनी माझं नाव ऐकलं आणि त्या वर्षी प्रथमच होणाऱ्या लावणी महोत्सवाचं आमंत्रण मिळालं.

तेव्हा मी अवघ्या चार मुली घेऊन महोत्सवाला गेले. इतर पार्ट्यांत दहा-पंधरा मुली होत्या. आम्ही रिहर्सल मात्र पक्की करून गेलो होतो. मी त्या महोत्सवात बैठकीची लावणी सादर केली. इतरांपेक्षा काही वेगळं करावं असं माझ्या मनानं घेतलं; त्यामुळे मी बैठकीची लावणी सादर केली अन् खरोखरच तिला अत्यंत चांगला प्रतिसाद मिळाला. 'पिकल्या पानाचा देठ की हो हिरवा' आणि 'या रावजी, बसा भावजी' या लावण्यांना तीन-तीन वेळा वन्स मोअर मिळाले. त्या कार्यक्रमाला खूप मोठे, प्रतिष्ठित लोक आले होते. मी अगदी तन्मय होऊन एकाच वेळी नृत्य, गायन व अदाकारीही केली. शेवटी माझा अंबाडाच सुटला तरी मला त्याचं भान नव्हतं. त्या कार्यक्रमानंतर दुसऱ्या दिवशीही मला लोकाग्रहास्तव थांबवून घेतलं आणि पुन्हा माझा कार्यक्रम करण्यात आला. लावणी महोत्सवाचं निमंत्रण म्हणजे माझ्या आयुष्यात आलेली एक सुवर्णसंधीच म्हणता येईल. या महोत्सवाला ज्येष्ठ संगीतकार नौशादजीही हजर होते. त्यांनी माझा गौरव केला. म्हणाले, ''ऐसी लडकी जिंदगी में कभी देखी नही। गाते छान, अदाकारी करते आणि नाचतेसुद्धा!'' त्या कार्यक्रमात मी खडी लावणीसुद्धा म्हटली.

या महोत्सवाचं लोकप्रभा, चित्रलेखा, महाराष्ट्र टाइम्स इत्यादी साप्ताहिकं, दैनिकांनी खूप कौतुक केलं. माझा नंबर पहिला आला, असं त्यात छापून आलं. चित्रलेखानं तर माझ्या फोटोखाली 'नटरंगी नार उडवी लावणीचा बार' हे शीर्षकच छापलं. ते शीर्षक मला आवडलं. मग मी ठरवलं की, आपण याच नावानं कार्यक्रम करायचे. या महोत्सवाचं प्रक्षेपण टी.व्ही.वर पण झालं होतं. माझ्या मुलाखती वर्तमानपत्रांत छापून आल्या होत्या. अनेक पत्रकारांनी माझे पत्ते लिहून घेतले. माझ्या मुलाखती मला पाठवल्या. टी.व्ही.वर माझी मुलाखत झाली. चारचौघांत सगळीकडे माझं नाव झालं. विजयसिंह मोहिते पाटील यांनी तो कार्यक्रम टी.व्ही.वर बघून मला अकलूजचं आमंत्रण दिलं. मग आम्ही पंधरा-वीस दिवस भरपूर रिहर्सल्स केल्या. डान्स डायरेक्टर महेंद्रभाई सोळंकींना बोलावलं. अकलूजला चांगला कार्यक्रम

झाला. तो संस्थेच्या मदतीसाठी होता. तिथं एक लाख पस्तीस हजाराचं बुकिंग झालं. चांगला प्रतिसाद मिळाला; पण पुढचे सगळे कार्यक्रम तसेच यशस्वी झाले असं नाही. एकदा कोल्हापूरला छान कार्यक्रम झाला. सूर्यकांत, चंद्रकांत कार्यक्रम पाहायला येऊन बसले. त्यानंतर पुढचा कार्यक्रम इचलकरंजीला! तिथं मात्र अवघे तीन प्रेक्षक आले. त्या दिवशी मला अगदी रडूच आलं; पण आम्ही त्या इन मीन तीन प्रेक्षकांसाठीसुद्धा कार्यक्रम केला.

असे हळूहळू नाही म्हणता म्हणता आम्ही चक्क दीडशे प्रयोग केले की! हा कार्यक्रम मी बसवला आणि त्याच सुमारास 'कथा अकलेच्या कांद्याची'मध्ये काम करणं सोडलं. तेव्हा त्याचे निर्माते माझ्याकडे आले, म्हणाले, ''कार्यक्रम काढलात, पण वाजंत्री आणि कलाकार यांना सांभाळणं कठीण! कुत्र्याच्या छत्र्यांसारखे असे कार्यक्रम दरवर्षी निघतात. कार्यक्रम बंद पडला तर पुन्हा 'कथा अकलेच्या कांद्याची' मध्येच परत यावं लागेल.''

मी त्यांना म्हटलं, ''तसं झालं तर येईन की परत! पण प्रयत्न करून पाहायला काय हरकत आहे?'' अन् देवदयेनं आणि माझ्या मेहनतीमुळे मला परत मागे वळून पाहावं लागलं नाही.

मी नाटकांतही कामं करीत होतेच. एकदा मुंबईला 'संत कान्होपात्रा' नाटक ठेवलं. निर्मात्यानं जाहिरात केली की, नाटकाला प्रमुख पाहुणे अशोक सराफ येणार आहेत. पब्लिकनं ही गर्दी केली; पण अशोक सराफ कुठे आहेत? त्यामुळे पब्लिक संतापलं. त्यांनी चपला, दगड मारायला सुरुवात केली. 'पैसे परत द्या' म्हणून आरडाओरडा सुरू केला. मी मनाशी म्हटलं, ''हे नाटक माझं आहे, मी त्यात काम करते आहे, माझ्या कलेनं मी लोकांना जिंकून घेईन. मला दगड बसले, चपला बसल्या तरी मी स्टेजवर जाणारच!'' अन् त्याप्रमाणे मी कान्होपात्रेच्या वेषात स्टेजवर एंट्री घेतली. हातात चिपळ्या होत्या, कपाळाला पांढरं गंध लावलं होतं. अंगात पांढरी साडी होती. मी अभंग म्हणत म्हणत स्टेजवर गेले,

''पुंडलिका भेटी केली चंद्रभागे तीरी
देव धावला तेथे झाली वैकुंठ पुरी''

हा तो अभंग! माझा आवाज आणि गाणं ऐकताच हळूहळू पब्लिक

शांत झालं. पुढे सगळं नाटकही व्यवस्थित झालं. एवढंच काय स्टेजच्या मागं येऊन कित्येक लोकांनी 'आमचं चुकलं' म्हणून माफीसुद्धा मागितली. कान्होपात्रा नाटकाच्या वेळी आम्ही कधी मांसाहारी जेवण जेवलो नाही.

माझ्या लावण्या बऱ्याच गाजतात; त्यांपैकी मुख्य लावण्या अशा –

नटले तुमच्यासाठी,

राजसा विडा रंगला ओठी,

दिलवरा, विडा रंगला ओठी.

ओ सजणा, दूर व्हा ना, जाऊ द्या,

सोडा, जाऊ द्या.

आशुकमाशुक नार, नाशिकची

गोदेतही, रामघाटी, गंगेच्या ग काठी

चांदीची ग लोटी बसले घाशीत.

आज माझ्या कार्यक्रमांची चलती आहे. आता मला पाहायला, माझं गाणं ऐकायला लोक गर्दी करतात. जेवढी गर्दी थिएटरच्या आत असते तेवढीच गर्दी कित्येकदा थिएटरच्या बाहेरही असते. पुणे, परभणी, सोलापूर इथं लोकाग्रहास्तव मी खास 'लेडीज शो'सुद्धा केले. रसिकांचं प्रेमही मला खूप मिळालं. एका म्हाताऱ्या बाईंनी आपल्या वडिलांचा बालगंधर्वांबरोबर ते काम करायचे तेव्हाचा पोशाख मला दिला, सोबत कौतुकानं त्यांचे दागिनेही दिले. त्यात हिऱ्याची मोरणीही होती. ते दागिने तीस-चाळीस हजार रुपयांचे आहेत. एका रसिकाने घरी बोलावून माझ्याकडून राखी बांधून घेतली. मला साडी-चोळी दिली. पुरणपोळीचे जेवण केले; मोठ्या माणसांनी माझे कौतुक केले. तसेच लहान मुलेही माझे कौतुक करतात. मला कॅडबरी देतात. लेडीज शोच्या वेळी बायकांनी इंटर्व्हलला आत येऊन मला चक्क मिठीच मारली. कुणी गजरे घेऊन तर कुणी फुलं घेऊन भेटायला आली. एकदा तर एके ठिकाणी कलेक्टर साहेबांच्या वडिलांनी कार्यक्रम बघितला आणि मुद्दाम आवर्जून आपली बायको, सून, मुलगी सर्वांना माझा कार्यक्रम बघायला पाठवलं. विलेपार्ल्याला चार-पाच बायका भेटायला आल्या. त्या म्हणाल्या, "आमच्या नवऱ्यांची आम्हाला भीती वाटू लागली आहे."

मी घाबरलेच, म्हटलं काय भांडायला वगैरे आल्या की काय? पण

त्या म्हणाल्या, ‘‘अहो, तुमचा कार्यक्रम बघून आम्ही एवढ्या खुळावलो तर त्यांची काय गत होईल?’’ असे एकेक मजेशीर अनुभव येतात. पार्ल्याच्या एका कार्यक्रमाच्या वेळी एका बाईने मला दंडातली वाकी दिली. कधीकधी ती वाकी मी कौतुकाने घालत असते. स्त्रिया फुलांचे गजरे तर आठवणीने आणतात.

एकदा प्रभात चॅनेलसाठी कार्यक्रम केला तेव्हा मास्टर भगवान तिथं होते. मला बघून त्यांना त्यांचे तरुणपणातले दिवस आठवले. मला त्यांनी आशीर्वाद दिला, म्हणाले, ‘‘मुली, तुझी लावणी अशीच फुलत राहो!’’

त्या कार्यक्रमाला अमरिश पुरीही हजर होते. त्यांनी लावणी ऐकून दाद दिली, म्हणाले, ‘‘लावणी अभी तक कभी देखी नही थी! मगर ये ओरिजिनल लावणी देखी और मोगॅम्बो खुश हुआ ।’’

अमिताभ बच्चन, मनिषा कोईराला यांच्या समोरही माझी कला दाखवायची मला संधी मिळाली आहे. मनिषाला मी गाते आणि गाता गाता नाचते या गोष्टीचं खूप आश्चर्य आणि कौतुक वाटलं.

मायाताई जाधवांबरोबर मी ‘सोळा हजारात देखणी’चे अनेक कार्यक्रम केले. ‘नटरंगी नार उडवी लावणीचा बार’ कार्यक्रमाला मला भरपूर प्रतिसाद मिळाल्यामुळे मला तारखा देता येईनात; त्यामुळे मी तो कार्यक्रम सोडला. माझ्या कार्यक्रमाने माझ्या आयुष्याची दिशाच बदलली. प्रेक्षकांच्या अनेक आठवणी मनात आहेत. लहान मुलांनाही माझा कार्यक्रम आवडतो. एक बाई मला सांगत होत्या, ‘‘तुमच्या कार्यक्रमाची जाहिरात वर्तमानपत्रात आली की, माझी लहान मुलगी मला म्हणते, ‘आलं गं माझं छकुलं.’’’

तिला होणाऱ्या आनंदाची मी किंमतच करू शकत नाही. माझे लहानपण मला आठवते. माझे दुःखात गेलेले दिवस मला आठवतात. आपण दुःख भोगलं तरी आता आपल्या कलेने मुलांना, रसिकांना आपण भरभरून आनंद देतो याचे मनाला खूप समाधान आहे.

माझ्या सर्व बहिणींची लग्नं झाली. त्या वडिलांना म्हणायच्या, तुम्ही पाठीवर दगड बांधून आम्हाला विहिरीत ढकलून दिलं तरी चालेल; पण आम्ही तमाशात काम करणार नाही. माझा आवाज चांगला. मी तमाशात, लोकनाट्यात कामे करू लागले. माझे पती बाबा पठाण हे तमाशाचे कॉन्ट्रॅक्ट घेत असत. तिथंच त्यांच्याशी

माझी ओळख झाली. आमचा प्रेमविवाह आहे. प्रेमविवाह म्हटला की विरोध आलाच. आई-वडिलांच्या मर्जीविरुद्ध मी लग्न केलं; त्यामुळे कुणाचीच साथ मिळाली नाही. ते दिवस फार वाईट अवस्थेत काढले. त्या दिवसांची आठवणही नको वाटते. माझ्यापुढे एकच पर्याय होता. कलावंत म्हणूनच आपण आयुष्य जगले पाहिजे.

ग्रामीण भागात गणेशोत्सवाच्या काळात अनेक हौशी कलावंत नाटक बसवतात. बाहेरच्या कलावंतांना बोलावून त्यात काम देतात. मी ग्रामीण भागातल्या अनेक लोकनाट्यांतून, नाटकांतून कामे केली. पैसे कमी मिळायचे; पण पर्याय नव्हता. कलेने साथ दिली. पानपट्टीच्या दुकानापासून ते तमाशापर्यंत बाबा पठाणांनी अनेक कामे केली. लोकांचा विश्वास बसणार नाही; पण त्यांनी अद्रक आणि कोथिंबीर विकण्याचाही व्यवसाय केला. आज आम्हाला जे यश मिळाले त्यात अनेक वर्षांचे कष्ट आहेत.

तमाशातले जग मी जवळून बघितले आहे. तिथले दारिद्र्य, तिथला संघर्ष मनाला अस्वस्थ करतो. माझं नाव झाल्यावर तमाशाच्या क्षेत्रातली अनेक माणसे मला भेटायला येतात. त्यांच्याकडे पाहून मला वाईट वाटते. पंधरा-वीस वर्षांपूर्वी मी त्यांना ज्या अवस्थेत पाहिले ती त्यांची अवस्था आजही तशीच आहे. याचे मनाला दुःख होते. माझा काळ बदलला; पण त्यांचा काळ बदलला नाही याचे वाईट वाटते. कुणी मदत मागितली तर मी लगेच मदत करते. त्यांना नाही म्हणत नाही. माझे जुने दिवस कायम माझ्याबरोबर असतात.

लहान मुले-मुली कार्यक्रमाच्या वेळी मध्यंतरात मला भेटतात. माझी सही मागतात. त्यांच्या सुरेख वहीत मी सही करते सुरेखा पुणेकर आणि माझेच मला हसू येते. मला लिहिता-वाचता येत नव्हते. कारण लहानपणी शाळेत जायची संधीच मला मिळाली नाही. शाळा कशी असते मला ठाऊक नाही. आता हल्ली हल्ली माझ्या वहिनीने मला बाराखडी शिकवली. क, का, कि, की, कु, कू शिकले. आता थोडंफार वाचता येतं. सुरेखा पुणेकर अशी सही करायला शिकले त्या दिवशी मला खूप आनंद झाला. शाळेत जायला मला मिळाले नाही तरी आयुष्याच्या शाळेत मात्र लहानपणापासून खूप शिकायला मिळालं.

घराचे भाडे भरता आले नाही म्हणून सरकारने आम्हाला घराबाहेर

काढले. संसार उघड्यावर पडला. आता स्वतःची घरे झाली. वैभव आले. 'नटरंगी नार उडवी लावणीचा बार' हा कार्यक्रम दीड वर्ष खूप अडचणीत चालला. कधीकधी दीड -दोन हजार, तीन हजार बुकिंग व्हायचे. थिएटरचे भाडे भरणेही कठीण जायचे; पण तेही दिवस संपले. कार्यक्रमाने वेग घेतला. आता कार्यक्रम नेहमी हाउसफुल जातो. गेल्याच वर्षी मी स्वतःची गाडी घेतली. सततच्या प्रवासाने दगदग होते; पण कार्यक्रमाला उभी राहिले की, सगळं काही विसरून जाते. रसिकांचे वन्स मोअर, टाळ्या याने मन भरून जाते. लोकनाट्य, तमाशा, नाटक असा प्रवास करता करता लावणीने आयुष्य बदलून टाकले. कुठे कार्यक्रमाला मी गेले की, लोक मला बघायला गर्दी करतात आणि मला एकदम 'कथा अकलेच्या कांद्याची' या नाटकाच्या वेळी निळू फुलेंना बघण्यासाठी झालेली गर्दी आठवते. त्या दिवशी मी स्वप्न पाहिले होते. आता गाडीतून खाली उतरले की, लोक बघायला जमतात. अशक्य वाटणारे स्वप्न प्रत्यक्षात पाहताना खूप आनंद वाटतो. आता यश मिळाले. पैसा मिळाला; त्यामुळे जवळचे लोकही विचारू लागले. पैसा नव्हता तेव्हा फारसे कुणी विचारत नव्हते. आम्ही आपले कष्टाने दिवस काढायचो. वडिलांनी दिलेली शिकवण 'कष्ट करा आणि जगा' यातच आयुष्य निघून गेले. आज वैभवाचे दिवस आले तरी मागचे काही विसरता येत नाही. पूर्वी जेजुरीला आम्ही देवळापुढे हजेरी लावायला जायचो. अनेक कलावंत यायचे. रात्र-रात्र मी देवळापुढे गाणी, भावगीते, अभंग म्हटले आहेत. अजूनही मी जेजुरीला देवळापुढे हजेरी लावायला जाते.

रात्री हेच आमचं आयुष्य. यश मिळालं ते माझ्यातील नृत्यकलेला आणि गायनकलेला. असं वाटतं, आपली कला अशीच रसिकांना दाखवीत राहावी आणि थकल्या भागल्या, गांजलेल्या लोकांच्या मनावर अशीच आनंदाची फुंकर घालत राहावी. ही लावणीने रंगलेली रात्र कधी संपूच नये.

शब्दांकन : **सविता दामले**

■

आम्ही दोघे

काळू-बाळू

शिवा-संभा कवलापूरकर यांचा तमाशाचा फड महाराष्ट्रात साठ-सत्तर वर्षांपूर्वी दुमदुमत होता. त्या आधी सातू-हिरूचा फड म्हणून त्याचा नावलौकिक होता. सातू म्हणजे आमचे आजोबा.

शिवा-संभा हे सख्खे भाऊ. सातूची ही मुलं.

संभाजी खाडे यांना चार मुले. पहिल्या बायकोपासून रामभाऊ. दुसऱ्या बायकोला शामराव आणि लहू-अंकुश ही जुळी जोडगोळी; म्हणजेच आम्ही काळू-बाळू.

आमच्या जन्माचीही मोठी चित्तरकथाच होती... आमच्या आईला हेऽ मोठे पोट आलेले. लोक म्हणत होते, कायतरी दुख (रोग) दिसतंय

पोटात बाईच्या. काय पोट म्हणायचं का काय हे!

अंकुशचा जन्म झाला. बाळ-बाळंतिणीला अंघोळ घालायची लगबग सुरू झाली. तेवढ्यात कुणीतरी म्हणाले, बाईची वार तरी पडू द्या. वार पडली. ती उकिरड्यावर पुरायला नेल्यावर पाटीमध्ये वार वळवळायला लागली. सुईणीला शंका आली म्हणून तिने नखाने वार चिरली तर आत आणखी एक मूल होते...

तोच लहू म्हणजे काळू.

१६ मे १९३१ ही तारीख. शाळेच्या दाखल्यावर १९३१च्या जागी १९३३. ही काय भानगड ती गुरुजींनाच माहीत!

आम्ही पाच वर्षांचे होतो तेव्हा वडील वारले. पार्टी तिकडे कुठेतरी कोपरगावकडे होता. हारेगाव की उंदीरगाव कुणास ठाऊक. तिथल्या लोकांनी वर्गणी काढून आमच्या म्हाताऱ्याला तिकडेच मूठमाती दिली.

वडील अशिक्षित; तरीही आम्ही शिकावं असं त्यांना वाटे. घरची गरिबी, नाजूक परिस्थिती, धड धडुतंही अंगावर नसायची आमच्या. दोघांत मिळून पाटी-पुस्तकाचा एकच संच होता. कशीबशी चौथी पास करून पाचवीत गेलो. तिथंच आमची शाळा संपली. शिकून काहीतरी वेगळा मार्ग धरावा, असे वाटत होते; पण ते जमले नाही.

शाळा सोडल्यावर म्हणा, नाहीतर सुटल्यावर म्हणा आम्ही घरातच राहिलो. गावातील लोकांकडे शेंगाचं बी लावायला जायचो, कधी तंबाखूच्या गऱ्या मारायच्या, रोपास्नी पाणी घालायचं असं रोजगारानं जात होतो. बरोबरीची पोरं म्हणायची - ''बसून काय करतायसा? चला की, आमच्या संगतीला. तेवढंच एक-दोन आणे रोजगार पडंल.'' असं चाललेलं.

आमचे वडील वारल्यावर आमच्या चुलत्याने-म्हणजे शिवाने एकदम खाली घेतलं. गडी रंजीस आला. त्याने नि आमच्या सावत्र भावाने म्हणजे रामभाऊने मिळून काही दिवस फड चालवला. आमचा भाऊ शामराव हरहुन्नरी होता; पण तरीही फडाची घडी काही बसली नाही. फड मोडकळीला आला.

एकदा आमच्या चुलत्याने आम्हाला तक्यात बोलावले. म्हणाला, ''लेकांनो, तुम्ही आमच्या खऱ्या बेण्याचं असशिला तर आता ह्यो फड तुम्हीच म्होरं चालवा! दळूबाई-बुळूबाई करत बसू नका.''

आम्हीही मग ईर्ष्येला पेटलो.

आमची चुलती दुर्गाकाकी गड्याच्या हिमतीची होती. जनावरांच्या दावणीतली चिपाडं विकून तिनं एक ढोलकं नि हलगी मढवून दिली आम्हाला. मांगाची तीन-चार पोरं नि आम्ही घरातले पाच-सहाजण मिळालो आणि आमच्या वाडवडिलांनी बांधलेल्या या हनुमान मंदिरात इथंच आमची 'रेर्सल' सुरू झाली. अंकुश ऊर्फ बाळू सांगत होता - अहो, त्या टायमाला मी लुगडं नेसूनही उभा राह्यलोय. नाचनारीण कुठनं आणायची? पंधरा-सोळा वर्षांचं तेव्हाचं आमचं वय. कशातलं काय कळतंय का काय! पुन्हा मग आमची चुलतीच म्होरं झाली. आमचा शामराव कागवाडीला जाऊन नाचणारी एक पोरगी बघून आला होता. मग चुलती स्वतः गेली त्या पोरगीकडे. वर्षाच्या खंडानं तिनं ती पोरगी ठरवून आणली. दोन पातळं, काय आपलं ते तेल-साबण, स्नो-पावडर आणि सव्वाशे रुपये असा तिचा खंड.

आमच्या वडिलांचा तमाशाही तोवर मोडलेला. मग आमचा थोरला भाऊ रामभाऊ आणि त्याची नाची धुरपा आमच्यात येऊन मिसळले. लोक म्हणाले, यांनाही घ्या की तुमच्यात. तुमच्याच रक्ता-मांसाची माणसं हायेत ही. कुणी परकी हायेत का? एकमेकांना एकमेकांचा आधारच होईल...

आमचा रामभाऊ म्हणजे एकदम भारी. राजा-प्रधानाचं त्याचं काम एक नंबरचं. एकदा का ड्रेस चढवला की, स्वर्गातनं उतरल्यावाणी वाटणार. काय रुबाब, काय थाट नि काय बोलणं त्याचं. अहो, खरोखरचा राजा झक मारला! त्याच्या एंट्रीला टाळी कधी चुकली नाही.

चुलतभाऊ भीमराव. म्हणजे शिवाचा पोरगा. तमाशाचं जाऊ द्या; पण तुमच्या शिनिमातसुद्धा त्याच्यासारखं 'सांउडिंग' नाही कुणाचं. खलनायक होता तो. एरवी गडी भोळाभाबडा, साधा; पण त्याचे डायलॉग सुरू झाले आणि त्याची ती कठोर, करारी मुद्रा बघितली की, रात्रीचा अंधार आणि आजूबाजूच्या झाडावरची पाखरंसुद्धा अक्षरशः थरथरायची. पब्लिकच्या अंगावर तर सरसरून काटा उभा राही. गड्याला धोतर-शर्टात बघितल्यावर कुणीही त्याला कलावंत नाही म्हणणार. एवढा सरळ आणि साधा माणूस होता तो. त्याच्या आवाजाने वाऱ्यालासुद्धा कापरे भरायचे.

आमचा सख्खा मोठा भाऊ शामराव. एकदम हरहुन्नरी, भारी कलंदर, काय त्याची आवाजी (गळा-गायकी) त्याची हलगी. उंचापुरा नि मोठा रुबाबदार गडी. कोणतेही काम करणार. ढोलकी, पायपेटी काहीही सांगा; पण आपसवारथी. कधीकधी खेळाला यायचाच नाही. पब्लिक मग बोंबलणार. आम्ही तसंच ताणून नेणार. काय करणार हो मग?

आमच्या खेळात आम्ही शिवा-संभा-भाऊ फक्कडचा गणच म्हणतो. भाऊ फक्कड भारी देखणा आणि चतुर माणूस. भारी भारी कवनं करायचा. वग लिहायचा. त्याचे वग तर आम्ही करायचोच शिवाय सुभाष माने, दस्तगीर यांनीही आमच्यासाठी बरेच वग लिहिले. 'काळू-बाळू ऊर्फ जहरी प्याला' या आमच्या गाजलेल्या वगाशिवाय 'राजा हरिश्चंद्र', 'दगलबाज मित्र', 'प्रेमाची फाशी' असे आमचे अनेक वग पब्लिकने डोक्यावर घेतले.

आम्ही गाणे-बजावणे नि हे सगळं शामरावकडूनच शिकलो.

सुरुवातीला स्टेजवर उभं राहताना खूप भीती वाटायची. पेटीवाल्याजवळ उभं राहून सरळ खाली मान घालायची नि पब्लिककडे न बघताच 'सुरू' करायचं. असं करतच आमची भीड मोडली. नाहीतर एकदम समोरची माणसं बघून चड्डी वल्लीच हुनार की हो! पण ते झालं नाही. जमलं कसं तरी आपलं. चाललं नि चालतंय. चालू द्या; तर चालू द्या. लोकांनाही बरं वाटायला लागलं.

विजयादशमी म्हणजे दसरा ते अक्षय तृतीया असे तब्बल सात महिने आमच्या पायाची भिंगरी सुरू असते. गावोगावच्या सुपाऱ्या असतात. सुरुवातीला 'एवढंच द्या नि तेवढंच द्या' म्हणून आम्ही हटून बसत नव्हतो. गावची मंडळी जे देतील तेवढं घ्यायचो, पान-सुपारी म्हणून. माणसाकडे दानत होती हो तेव्हा.

पुढे, काळ बदलला. गावात जत्रेची-यात्रेची पट्टी (वर्गणी) सुरू झाली. तमाशा-तमाशांतही क्रॉस वाढला. राजकारण आले. नवे पुढारी आले. फेटेवाले गेले नि टोपीवाले आले आणि आता भांगपट्टीवाले आले. सगळी भानगड झाली नुसती. कशातलंच काय कळत नाही कुणाला! मूळ तमाशा राहिलाय कुठं आज?

आम्हीही मग मॅनेजर नि दुसरी माणसं नेमली.

आमचा मॅनेजर पांडू गुरव, म्हणजे बॅरिस्टर हं. त्याला सगळे बॅरिस्टरच म्हणायचे. लोकांना वाटायचे, काळू-बाळूच्या तमाशाचा मॅनेजर बॅरिस्टर कसा?

आमचे पी.जी. दादा (माजी कुलगुरू, शिवाजी विद्यापीठ) बॅरिस्टर आणि ह्यो पांडू गुरव म्हणजे पी.जी. झाला की मग एकदमच बॅरिस्टर. काही कसली परीक्षा नाही-फिरिक्षा नाही. अशी सगळी ही गंमत!

पूर्वी दोन बैलगाड्या झाल्या की काम भागायचं. मोजकेच कलावंत असायचे. पुढे मग एक म्हणता दोन-दोन मोटारी आल्या. तंबू, लाउडस्पीकर, बत्त्या, बांबू, बॅटऱ्या, डिझेल, रॉकेल, कनात हे असलं बाराबत्तर सामान वाढलं. पार्टीत शे-सव्वाशे लोक झाले. त्यांचं जेवण-खाण आणि त्यांचा पगार. मॅनेजरला म्हणजे बॅरिस्टरला चार-पाच हजार रुपये पगार, बिगारीतल्या लोकांना महिन्याला आठ-नऊशे रुपये. अशी ही सारी मोठी सर्कसच झाली. अहो, काय सांगायचं, मागनं एकेकदा बुडबुडं यायला लागले! पण आम्ही रेटलं तेही. जगासंगं जायलाच पाहिजे.

गावातून बाहेर खेळ करायला निघताना आम्ही ग्रामदेवतेला म्हणजे आमच्या सिद्धेश्वराला आधी पाया पडतो. बाहेरनंच. आत देवळात जात नाही. आमची पोरं देवळात जातात; पण आम्ही नाही कधी पायरी ओलांडली. आम्ही आमचा नेम पाळलाय.

स्टेजवर चढतानाही आम्ही मनातून सिदोबाला साकडं घालतो आणि एक सांगायचं म्हणजे सिदोबाला आम्ही जत्रेत दरवर्षी चांदीचा तुरा वाहतो. दोन-तीन वर्षांनी एकदा देवाला सगळा पेहराव करतो.

कधी काळी, आम्ही शनिवार-आईतवारचा उपवास करायचो. ह्येचा (बाळूचा) शनिवार नि माझा (काळूचा) आईतवार. हल्ली काय वारबिर करीत नाही. वडिलार्जित रान-मळा हाय आपला. त्यात गुरं-पोरं संगं घेऊन राबत बसतो झालं. तुमच्यावाणी कुणी आलं की, मागचं दिवस आठवायचं...

आधी, कधीमधी विडीकाडी, पान-तंबाखूचं आम्हाला वेड होतं. एकदा दुपारी-तिपारी जेवण झालं की झालं. खायाचं काय म्हणाल तर भाजी-भाकरी. साधंच जेवण आमच्या आवडीचं.

गावागावांतल्या यात्रे-जत्रेत आम्हा तमासगिरांसाठी पूर्वी अख्खं

बकरंच असायचं. त्यावेळी ते आवडायचंही आम्हाला.

तमाशा मोडला म्हणजे खेळ संपला की पांढराधोट लेंगा-शर्ट, पुढे पँट-शर्ट आला; तो घालून आम्ही गावातनं, जत्रेतनं हिंडायचो; पण कुठं कधी वाहत गेलो नाही. सारं मापातच केलं... त्याचं काय झालं. आमचा रामभाऊ भारी प्यायचा. सारखा ल्हास असणार. लई लांबपतोर गाणं गेलेलं त्याचं. मग गावातल्या मोठ्या लोकांनी आम्हा सगळ्या भावाभावांना सिदोबाच्या देवळात बोलावलं आणि शपथ घ्यायला लावून सरळ गुलाल उचलायला लावला. म्हणाले, आता दारू सोडायची!

त्या वेळेपासून आम्ही कान धरले; नाही तर नाही. कधीतरी लोक प्रेमानं देतात; पण आम्ही त्याचं सरळ गठुडं बांधून ठेवतो. काय हो करायचा तो नाद. कलेचं मातेरं, आपल्या डोक्याचं भदं नि साऱ्या देहाचा सत्यानास. असा आमचा तो नाद सुटला कायमचा...

आताच अलीकडे तमाशातही सोंगं-ढोंगं, काय-काय सुरू झालंय. आधी आमची बिदागी काय होती म्हणाल, तर गावोगावचे लोक आम्हाला कडबा, आठ-दहा पोती धान्य वगैरे देत. चार-आठ आणे तिकिटांवरही आमचे खेळ होत. त्या तिकिटावरही पुन्हा सरकारी तिकीट चिकटवलेलं असायचं. कसला तरी टॅक्स होता. पूर्वी एका रुपयाच्या तिकिटावर जेवढा गल्ला गोळा होत असे तेवढा आता वीस रुपयानंही होत नाही. पैशाला काय किंमतच राहिली नाही. कवड्या बऱ्या म्हणायच्या.

आमच्या या इकडच्या भागात म्हणजे सांगली-सातारा-कोल्हापूरच्या मानानं पुणे-नारायणगावच्या बाजूला चांगली मिळकत असायची आम्हाला. वीस-पंचवीस घरांचं गाव जरी असलं तरी तिकडे जत्रेला तमाशा पाहिजेच. त्याशिवाय शोभा नाही, अशी लोकांची श्रद्धा. आमच्याकडे वीस-पंचवीस हजार रुपयांची एका खेळाची सुपारी म्हणजे शेंडी-दांडी झाली. तर त्या बाजूला आम्हाला पन्नास-साठ हजार मिळायचे एका खेळाला. असा हा भागाभागांतला फरक.

गुढी पाडवा ते चैत्री पुनवेपतोर आम्ही कोकणात खेळायचो. येईल ती सुपारी धरायचीच. गॅप पडून चालायचं नाही. गॅप पडला की तोटा आलाच; म्हणून आम्ही सात महिने 'कंटिनू' काम करणार. नाहीतर कलाकारांची पोटं कशी भरणार?

आता या पोटावरनं आठवलं; म्हणून सांगायचं. सिनेमावाले आम्हाला सिनेमात चला म्हणत होते; पण आम्ही दोघे सिनेमात गेल्यावर तमाशा मोडलाच की! शे-दीडशे माणसांचा फड वाऱ्यावर सोडून नको वाटलं जायला. नाहीतर दादा कोंडके यांच्या आधी आमचा सिनेमा झाला असता. नाही गेलो म्हणून काही बिघडलं नाही आमचं. सांगायचं म्हणजे यशवंत दत्त, निळूभाऊ, रमेश देव, जयश्रीबाई, चंद्रकांत, सूर्यकांत, भास्कर चंदावरकर अशा साऱ्या लोकांनी आमच्यावर प्रेम केलं. ते आमच्याशी बोलणार, बसणार अगदी मोकळ्या मनानं!

चंद्रकांत मांडरे एकदा भर पावसात छत्री धरून आमचा खेळ बघत बसले होते. छोटा गंधर्व तर आमच्या कार्यक्रमाची नुसती टेप ऐकूनच आम्हाला पाहायला-भेटायला पुणे आकाशवाणीत आलेले. त्यांच्याबरोबर कृष्णराव सपाटे (आटपाडीचे) हे आकाशवाणी-कलावंत होते. त्या दोघांनी आमच्या संवादांचं भरभरून कौतुक केलं.

रेडिओ, टी.व्ही. नि तमाशा यात लई फरक. तमाशा म्हणजे संवाद, गायन, वादन, दिग्दर्शन, मेकअप हे सारं संगटच सुरू असतंय. आमचा हजरजबाबीपणा आम्हाला नेहमीच उपयोगी पडला. मांडरे तर म्हणाले, "तुमच्या न् आमच्यात जमीन-अस्मानाचं अंतर आहे. आम्ही चाकोरी धरून जाणारे लोक. तुम्ही कुठल्या वेळेला काय बोलाल नि पब्लिकला हसवाल त्याचा पत्ता लागत नाही बुवा."

कोल्हापूरला केशवराव भोसले नाट्यगृहात आणि पुण्याला 'बालगंधर्व'मध्ये एकदा आम्ही कार्यक्रम एका निराळ्याच बाजानं केला... त्याचं काय झालं. आम्ही पेपरात जाहिरात दिली - पाराखाली, झाडाखाली, उरसात, उघड्यावर गावच्या जत्रेत गॅसबत्तीच्या उजेडात जसा आम्ही तमाशा करायचो, तसा खेळ सादर करणार आहोत... पुढे नेहमीप्रमाणे 'याल तर हसाल...'

ऐंशी-ऐंशी वर्षांची म्हातारी माणसं काठ्या टेकत आली. एकदम हाउसफुल झालं. हलगी, ढोलकी, पायपेटी नि तुणतुणे सोडून आम्ही दुसरी वाद्ये वापरली नाहीत. झकास खेळ झाला. म्हाताऱ्या लोकांनी आमची पाठ थोपटली. म्हणाले, 'वा रे भाद्दर. आज खरा तमाशा बघितल्यागत वाटलं...'

पूर्वी, रात-रातभर आणि दिवसभरही खेळ चालायचे. आज

थिएटरात काम करायचं तर दोन-तीन तासांत सारं आवरायला लागतं. मुंबईला तर थिएटरातनं बाहेर पडताना, सामानसुमान आवरताना किती घाई करायला लागते! कुतरं मागं लागल्यागत काम सारं. धर की ओढ. मग गण, गवळण, बतावणी, रंगबाजी आणि वग यातलं काय धरायचं न् काय सोडायचं काही कळत नाही.

आजपतोर आमचे सगळे मिळून दहा-बारा हजार तरी खेळ झाले असतील. जमेल तशी आम्ही कुणाकुणाला मदतही केली. रयत शिक्षण संस्थेच्या शाळा, मंदिराचे बांधकाम कुठं कुठं बरीच रक्कम दिली.

सव्वीस जानेवारी, आंबेडकर जयंती, भाऊबीज वगैरे कार्यक्रम आम्ही न चुकता फडावरच साजरे करतो. मनाला शांती मिळते त्यानं.

संगीतकार भास्कर चंदावरकरांनी तर एकदा तमाशावर ती पीएच.डी. का काय करणाऱ्या मुला-मुलींसाठी आम्हाला खेळ करायला लावला. गण, गवळण, बतावणी, रंगबाजी, वग वगैरे सारं आम्ही साग्रसंगीत, जिथल्या तिथं टिच्चून केलं! पोरंपोरी आपली बिटीबिटी डोळं करून बघत होती. फार मजा आली; पण या टी.व्ही.नं गावरान कला पार मेल्या बघा. एकदम चिताड झाल्या...

कवलापूर, तुर्ची, खुजगाव, बुधगाव, कुमठे, काकडवाडी ही आमच्या परिसरातील आमची खास गावं. कितीतरी वर्षं या गावांत नेमाने आमचे खेळ व्हायचे. तुर्ची आमच्या चुलतीचं गाव, खुजगावला चुलत बहीण दिलेली आणि कुमठे तर आमच्या सावत्र आईचं माहेर. पुढे काळ बदलला. आम्हीही कुठं-कुठं लांब-लांब असणार हो दौऱ्यावर. कुठंवर काय काय नेम पाळणार आणि ते निभणार तरी कसं हो!

सध्या, तमाशाचा बारदाना मायंदाळ वाढलाय. आता याचं कारण काय म्हणाल, तर पार्टी-पार्टीतला क्रॉस. पूर्वी दोन-तीनशे रुपयांमध्ये चांगली पावणेचार सप्तकांची पायपेटी मिळायची. सांगली-कोल्हापुरात ड्रेपरीही करून घेता येई. मुंबईला भुलेश्वरहूनही आम्ही कपडे आणले. पूर्वी सामानसुमानाचं फार थेर नव्हतं. आता गवळण झाली की, तुमची ही आधुनिक इलेक्ट्रिक वाद्यं सुरू होतात नि नुसता गलका व गोंधळ माजतो. गाणाऱ्याचा आवाज, त्याचे शब्द-सूर सारं बोंबलतं. आम्हाला ऐकवत-बघवत नाही हे; पण काय

करणार? पब्लिकला तसलंच सारं आवडायला लागलंय हल्ली. एखादा चहाचा कप आणि प्लेटभर भजी मारली की, आम्ही चार-पाच तास उभे राहत असायचो. पहाटे म्हणजे सकाळीच हो, खेळ मोडल्यावर काय जेवायचं न् काय. पेंगतच घासभर पोटात ढकलला की सरळ दगडागत मुरगळून पडणार एका जाग्याला. मग दुपारचं जेवण तेवढं बरं जायचं.

पायाला चकार बांधून किती आणि कुठं कुठं हिंडलो, त्याला माप नाही; पण एक सांगायचं तर, पैसा आला नि गेला. आमचा घरप्रपंच मोठा होता. आमच्या बायका नि पोरं घरातच राहिली. कुणालाही आम्ही कधी फडावर नेलं नाही; त्यामुळे आमच्या तमाशाला 'मालकीण' नाही-नव्हती. आम्हीच मालक. पुरुष कलाकरांच्याच नावानं आमचा फड म्हाजूर झाला.

लहानपणी आमच्यावर आमचे चुलता-चुलती आणि आजोबा यांचे लक्ष असायचे; त्यामुळे एक नेकपणा नि शिस्त आली आमच्यात; पण आमची पोरं काही शिकली नाहीत. आम्ही बारा गावं-ठावं हिंडणार. मग कोण लक्ष देणार त्यांच्याकडे? एक-एक पोथीचं पानच आहे ते...

एक सांगायची गंमत म्हणजे वरळीला आमचे खेळ व्हायचे. दादा कोंडके दोन रुपयांचं तिकीट काढून पंधरा-पंधरा दिवस न चुकता खेळ बघायला यायचे. पुढे खुर्ची टाकून बसायचे. म्हणायचे - "मी शिकायला येतोय. ही पोरं काही साधी नाहीत. खूप मिळतंय मला यांच्याकडनं. काळू-बाळू म्हणजे काळू-बाळू. त्यानला तोडच नाही..."

आम्ही मनानं पाक नि निर्मळ राहिलो. कधी कुणाचं वैर केलं नाही. कुणाचा द्वेष केला नाही. आम्ही सोंगाडे म्हणून उभ्या महाराष्ट्राला माहीत आहे; पण सांगायचं तर आमच्या काळात सावळजच्या तमाशातील जयवंता फार भारी बरं. साधाभादा माणूस. मनानं मोठा. त्याचं आम्हालाही कौतुक-नवल वाटायचं. खरं सांगायचं तर तो दादू इंदूरीकरांच्या तोडीचा. अचाट काम हो त्याचं...

आता या मोटारी-बिटारी पार्टीत आल्या. स्त्री कलाकारांची संख्या वाढली म्हणजे किती वाढली... वीस-वीस, पंचवीस-पंचवीस नुसत्या बाया आल्या हो एका फडात. कंपनीच्या गाड्या किती आणि पार्टीत बाया किती यावर आता बुकिंग चालू आहे. हा असला काळ आला

आहे - तमाशाच्या मुळावर!

खरं तर एक पाच बाया, एखादी गाडी, दहा-बारा मोजके कलाकार झाले की, झकास तमाशा चालला पाहिजे. हल्लीचा तमाशा म्हणजे सर्कस झालीय. पूर्वी आम्ही स्वतःच आपला मेकअप करणार. आपले आपले कपडे पेटीतून काढणार. ड्रेसमन होता; पण तो सांगकाम्या अन् ओ नाम्या असायचा. पेटीला कुलूप लावण्यापुरतं त्याचं काम. सगळं ज्याचं त्याला स्वतःला करायला लागायचं.

एकदा आमदाराच्या गावची सुपारी आलेली.

लोणावळा-काल्र्याजवळ कुठलं तरी गाव होतं... काळू सांगत होता. आम्ही निघालो तर बातमी आली, बाळूची मोठी मुलगी भाजून मेली! आता कशाचा खेळ करायचा. सगळे बसले की डोकी धरून! पण सुपारी धरलेली. न जाऊन कुणाला सांगणार! आचारसंहिता होती, तरीही आमदाराने हमी घेतली, म्हणाला, ''खेळ करा सुरू! मी बघतो...''

बघतोस तर बघ म्हटलं बाबा! खेळ सुरू केला. थोड्या वेळात पोलीस-फौजदार आले आणि त्यांनी खेळ बंद केला. गावाकडे जायला मिळतंय असं वाटलं; पण नशीब नको का तेवढं. आमदार म्हणाला, ''आता उद्या सकाळी खेळ करू या दिवसाउजेडी.'' तो दिवसाचा खेळ केला आणि मग तिथून आम्ही पोरीची माती सावडायला गेलो कराडजवळ बेलवड्याला. देवानं आमची परीक्षा कशी घेतली ते कळलंच की तुम्हाला... बाळूचे डोळे भरून आले होते. त्यांना उरावर दगड ठेवायला लागलेला.

- असाच आणखी एक प्रसंग.

बॅ. जी. डी. पाटील त्यावेळी मंत्री होते. मंगसुळीला त्यांची सभा होती. त्याच वेळी भोसे (मिरज) येथे यल्लम्माची जत्रा होती. फार जंगी जत्रा. सगळा पोलीस-बंदोबस्त मंगसुळीला गेला. यात्रेत उरला एक पोलीस. आमच्या कंत्राटदाराने आठ आण्याची तिकिटे बारा आण्याला विकली. तरीही खेळ हाउसफुल झाले. मोठी गर्दी उसळलेली. आमची पार्टी पुढे गेली आणि आमची गाडी वाटेत झाली फेल! आता झाला का बल्ल्या; काय करणार! आम्ही पोहोचू शकलो नाही वेळेवर. तोवर लोकांनी आमचा तंबू, कनात, स्टेज, खुर्च्या असे सारे सामान तोडून, फोडून, मोडून टाकले. जाळपोळ झाली. पोलीसही गेला पळून. कुणा

कलाकाराला काही मारहाण झाली नाही, हे नशीब म्हणायचे.

महाराष्ट्राबाहेर आम्ही भोपाळ, गोवा, दिल्ली, हैदराबाद या ठिकाणीही खेळ केले. दिल्लीच्या कार्यक्रमाला इंदिरा गांधी, यशवंतराव चव्हाण वगैरे मंडळी आली होती. खूप कौतुक केले त्यांनी. चव्हाणसाहेबांनी पाठीवरून हात फिरवला आमच्या नि म्हणाले, "आज मला माझ्या माहेरची माणसं भेटल्यासारखं वाटतंय. अरे, मी शाळेत देवराष्ट्र्याला असताना भाकरी बांधून घेऊन तुमच्या वडिलांचा-शिवा-संभाचा-तमाशा पाहिलाय."

चव्हाणसाहेबांचे ते लकाकणारे डोळे आणि प्रसन्न चेहरा बघून आमचे मन भरून आले.

पुण्याच्या बाजूला तिकडे नारायणगावजवळ मंचरला आमचा एकदा कार्यक्रम होता. तमाशा चालू असताना पब्लिकमध्ये भांडणं झाली. भांडणं कसली तर एक खूनच पडला. मोठा दंगा सुरू झाला. आमची पाचावर धारण बसली; पण लोकांनीच आम्हाला धीर देऊन गर्दीतून सुखरूप बाहेर काढले. गावाबाहेर आणून सुरक्षित वाटेला लावले. आज तो प्रसंग आठवला तरी अंगावर काटा उभा राहतो.

पुण्याला एकदा लोकनाट्य-कलेचे अधिवेशन होते; त्यावेळी वेणुताई चव्हाण आल्या होत्या कार्यक्रमाला. कॉलेजची काही मुलेही आली होती. त्यांनी आम्हाला कॉलेजमध्ये बोलावून आमचा सत्कार केला.

मुलांनी बरेच प्रश्न विचारले.

एकजण म्हणाला, "तुम्ही हे अगदी संगं संगं एकदम डिट्टोच्या डिट्टो कसं बोलता? एकाही शब्दाचा फरक होत नाही. केसभरही कुठे मागे-पुढे होत नाही. एकच ठेका. एकच सूर. एकच लय. कसं काय हे एवढं साधलं तुम्हाला?"

आता, काय सांगणार हो! सगळे नेहमी हाच प्रश्न विचारतात.

आम्ही जुळे भाऊ. जमलं आणि जमत गेलं हे खरं. त्यासाठी आम्ही काही खास प्रयत्न वगैरे काहीच केले नाही...

आम्ही संगं संगं बोलतो, तो वग तसा मूळ बाबूराव पुणेकराचा. आधी त्याने त्याचे तीन-साडेतीनशे प्रयोग केले होते.

पुण्यात आर्यभूषणला आमची पार्टी होती. "कवलापूरची पोरं फार भारी काम करतायत" हे ऐकून तो खेळाला आला होता आमच्या. सारा

खेळ झाल्यावर तो आमच्याजवळ आला. आमच्या पाठीवर थाप टाकली आणि म्हणाला, ''बहाद्दर हायसा! काय काम करतायसा रे, एकदम तुकडा! हितनं पुढे हा वग मी जन्मात कधी करणार नाही. हा वग तुमचाच हाय नि तुमीच करायचा.''

फजिती काय रोजचीच असायची. धावपळ कायमची मागे लागलेली. तऱ्हेतऱ्हेची माणसं येणार, भेटणार. कोण, कुठला काही तसा पत्ता लागत नसे. लोकांचा गराडाच असायचा. काय सुचतंय का काय... आता, या आमच्या बुधगावचीच गंमत आठवते.

गाव दिघंची (आटपाडी). तिथला खेळ मोडून आम्ही गाडीनं निघालेलो. वाटेत गाडी झाली पंक्चर. आडरान, भोवताली डोंगर- दऱ्या. काय करणार हो? एवढ्यात, एक एस.टी. आली. ती धरली नि आम्ही कवलापूरला आलो. सारं अंग मोडून आलेलं. पडल्यापडल्या अंगाचा 'दगड' झाला. पडलो निवांत.

संध्याकाळी सात-आठच्या सुमारास बुधगावचे एक अण्णा म्हणवणारे पुढारी टांगा करून आमच्या वस्तीवर येऊन आम्हाला उठवत होते, ''काळू-बाळू अरे तुम्ही झोपलायसा होय. पार्टी आलीय की तुमची बुधगावात. चला... आवरा.''

आम्ही म्हणालो, ''अण्णा, आता काय आम्ही येत नाही. असतील त्या कलाकारांवर आजची रात भागवून घ्या.''

अण्णा मुकाट्यानं गेले. खेळ झाला. बिदागी देताना ठरल्यापेक्षा निम्मीच रक्कम टेकवली अन् म्हणाले, ''काळू-बाळू नव्हते, म्हणून एवढंच घ्यायचं अन् सुटायचं बघा.'' आमच्या कलाकारांची तोंडं बघण्यासारखी झाली असणार...

एकदा बतावणी सुरू असताना आमच्या तोंडून 'भंगी' हा शब्द गेला. आमच्या मनात काहीच नव्हते; पण लोकांनी आम्हाला कोंडीत धरले त्या वेळी; आम्हाला त्या लोकांची माफी मागावी लागली. चक्क कागदावर लिहून द्यावे लागले आम्हाला. काय करणार! आम्हीही दलित. भंगीही दलित; पण लोकांना तो शब्द खटकला. त्याचे हे रामायण झाले एवढे.

आता आमच्या दोघा भावांबद्दल सांगायचं तर, पहिल्यापासूनच आमचा एकमेकांवर भारी जीव. भांडण-तंडण कधीच काही नाही.

लहानपणी खेळताना काय कुरबुर झाली असेल तेवढीच! मोठं झाल्यावर धंद्यावरून मतभेद झाले असतील; पण ते पेल्यातलं वादळ धंद्यापुरतंच. घट्टमूठ सायीसारखा आमचा जिव्हाळा आहे. हे देवाचं देणंच आहे म्हणा ना आम्हाला...

आम्ही पोटासाठी हिंडलो, आमच्या! पण, लोकांनी कौतुक केलं. तो त्यांचा थोरपणा झाला. आम्ही निमित्ताचे धनी झालो, एवढंच! लोकांनी आम्हाला डोक्यावर घेतलं हे खरंच आहे. पुरस्कार-बिरस्कार बक्कळ मिळालेत आम्हाला. सगळंच काही आठवत नाही. पोटाच्या मागं लागल्यावर तब्येतीचं काय हो; ती रडणारच की! मिळेल ते पोटात ढकलून खेळ मोडल्यावर मुरगळून तिथंच पडायचं आणि दुसऱ्या दिवशी उठून सारं सामान गुंडाळून पुढच्या गावाला निघायचं...

अगदी मोक्याच्या, महत्त्वाच्या टायमाला आम्ही खेळाला उभे राहतो; पण निभत नाही हो. तासभर कसातरी दम काढतो झालं. पाय हाका मारायला लागतात. गळा सुकायला लागतो. काय करायचं मग आता? तुम्हीच सांगा. जीव ओढतोय की, मस्त वाटतंय जावं म्हणून.

आम्ही काळू-बाळूंनी आता सत्तरी पार केली आहे.

चट्ट्यापट्ट्याचे, दिसायला एकसारखे लेंगे आणि बुशशर्ट आमच्या अंगावर. कोण काळू नि कोण बाळू नवख्या माणसाला कळणेच अशक्य. आमचा आवाज पहिल्यासारखाच खणखणीत आहे. मात्र, आता आम्ही रेडकाच्या गळ्यातील कासरा हातात धरून निवांतपणे पाटवणावर बसलेलो असतो. रेडकू आपले मन लावून झकास चरत असते.

कधीकधी वावटळ उठते. काहीच दिसत नाही समोरचे. नुसती माती नि फुफाटा उडत असतो. धुळीचे खांब भुईवरला पालापाचोळा घेऊन भिंगरायला लागलेले असतात. गाव-शिवारात जन्मलेल्या, जगलेल्या आणि मायमातीशी जागलेल्या कितीतरी आठवणींची कुंडली डोळ्यांसमोरून उलगडत चाललेली असते... त्या एकेका खांबातून.

शब्दांकन : **वसंत केशव पाटील**

■

अजून आठवते

रोशन सातारकर

मी! रोशन सातारकर! आजच्या घडीला वय वर्षं साठ ! जन्मल्यापासून तमाशात माझी नाळ पुरली गेली असं म्हणायला हरकत नाही. माझे वडील तमाशात होते. पार पुढे इंदूर, ग्वाल्हेरपर्यंत त्यांनी तमाशा नेला होता. अशा कलावंतांच्या घरात मी जन्मले ती गळ्यात खवा घेऊनच! मला सहा बहिणी आणि दोन भाऊ! भावानं गाणं शिकवलं. बहिणींचं बघून बघून नाचायला लागले. लहानपणी

मराठी शाळेत फारच थोडा काळ गेले असेन. तिथल्या आठवणी म्हणजे खाऊचा पुडा द्यायचे आणि गाणं म्हणायला लावायचे. नंतर शाळा सुटलीच! माझ्या बालपणीचा काळ आम्ही नगरला काढला. तिथली दुःखद आठवण म्हणजे माझ्या चार बहिणी तिथं अचानक कसल्यातरी आजारानं वारल्या. मग मी तारा - गजरा सिंगर पार्टीत गायला लागले. माझं गाणं सुरू झालं की, लोक पैसे फेकायचे. तिथला थिएटर मालक होता इब्राहिम शेख! त्यानं आम्हाला चांगलं सांभाळलं. मी अगदी हुबेहूब गाणं म्हणायची. तेव्हा हिंदी गाण्यांनाच जास्त मागणी होती. लावण्यांवर फारसा भर नव्हता. या काळात मला वसंत पवार भेटले, बाळासाहेब अमृत गोरे भेटले. त्यांनी मेळा काढला. या मेळ्यात मी गाणं म्हणायला जायची. 'आखियाँ मिलाके जियाँ भरमा चले नही जाना...' हे गाणं कसं म्हणायचं ते वसंत पवारांनीच मला शिकवलं.

मग साधारण १९४८ च्या सुमारास मी स्वतःची पार्टी सुरू केली. रोशन सातारकर आणि पार्टी हेच नाव! नाचायला दुसऱ्या बाया घेतल्या, पेटी-तबल्यावर घरातलेच माझे भाऊ! पार्टी घेऊन आम्ही गावोगाव फिरू लागलो. विसापूर जेलला निर्वासितांची छावणी होती. तिथं आम्ही एक खोली घेतली. तिथून बैलगाडीत बसून जागोजागी जायचं. दोनशे-अडीचशे रुपये मिळायचे. या निर्वासितांना माझं गाणं भारी आवडायचं. त्यांना माझं रोशन हे नाव खटकलं. त्यांनी माझं शकुंतला असं नवीन नाव ठेवलं. तिथं काही दिवस झाल्यावर मग आम्ही नाशिकला आलो. तिथं आम्ही रूम घेतली. तिथं दिवाणखाना घेऊन बैठकीची लावणी म्हणायची पद्धत होती. आवाज चांगला असल्यानं तिथं बराच काळ राहिले मी! नाशिकला हिरा नावाची एक नाचणारीण होती, दिसायला चांगली! मग तिनं आणि मी असे मिळून कार्यक्रम केले. त्यानंतर आम्ही जळगावला गेलो. तिथं तब्बल बारा वर्षं राहिले. जळगावला सणासुदीला रथ काढायची पद्धत होती. मिरवणुकीत तमाशा पार्ट्या येत. एका वेळी दहा-बारा पार्ट्या असत. ट्रक, बैलगाडी असा मोठा राउंडच असायचा. पब्लिक मध्ये असायचं. त्या वेळी राज कपूरचं 'घर आया मेरा परदेसी...' हे गाणं खूप प्रसिद्ध होतं. त्या गाण्यावर मी हुबेहूब तशी ॲक्शन करायची; त्यामुळे

पुनःपुन्हा वन्स मोअर मिळत असे. त्यानंतर मलकापूरला थिएटरमध्येही कार्यक्रम केले. पुढे नागपूरला आलो. नागपूरला लोक खराब आहेत असं ऐकलं होतं; त्यामुळे आम्ही जायला घाबरत होतो; पण वडील म्हणाले, जायला पाहिजेच! तिथं लोकांना कार्यक्रम आवडला नाही की ते खुर्च्यांची फेकाफेक करतात असं ऐकलं होतं. यमुनाबाई नावाच्या पार्टीचं असं झालं होतं; मग आपलं काय होणार?शेवटी मनाचा धीर केला, देवीचं दर्शन घेतलं आणि गाणं सुरू केलं. लोकांना आवडलं. तेव्हा आम्ही सगळी हिंदीच गाणी म्हणायचो. 'चौदवी का चाँद' आणि 'बीस साल बाद'ची गाणी तेव्हा फेमस होती. मी एकटीनं तीन ते साडेचार तास नाचून आणि गाऊन लोकांचं मनोरंजन केलेलं आहे. 'कहीं दीप लजे कहीं दिल...' हे गाणं तर पाच-पाच, सहा-सहा वेळा ऐकलं तरी लोकांचं समाधान होत नसे.

कन्नमवारांच्या पत्नी-त्यांना मी ताई म्हणत असे. त्या आणि त्यांच्या मुलींना-देखील माझा कार्यक्रम आवडत असे. 'आमचे लोक ऐकतात तर आम्हीदेखील गाणी ऐकणार', असं त्या म्हणत आणि आवर्जून कार्यक्रमाला येत. मग दर शनिवारी दुपारी आम्ही फक्त बायांसाठी कार्यक्रम ठेवत असू. 'ह्यो ह्यो ह्यो पाव्हणा बरा दिसतो' या गाण्याच्या धर्तीवर 'ही ही ही पाव्हणी बरी दिसते, चश्मेवाली पाव्हणी बरी दिसते, शालूवाली पाव्हणी बरी दिसते,' अशी गाणी मी म्हणत असे तेव्हा! मग कार्यक्रम संपल्यावर बायका माझ्यासाठी गजरा, फुलं नाहीतर काहीतरी दुसरी भेट घेऊन भेटायला आत येत. नागपूरकरांनी मला खूप प्रोत्साहन दिलं. त्या काळात मला दुसरं काही जीवनच नव्हतं. कार्यक्रम म्हणजे फक्त कार्यक्रम!

कार्यक्रम करताना कधीकधी वाईट अनुभवही आले; पण देवीच्या दयेनं तिथं वाचवणाराही प्रकटला. एकदा इंदूरच्या पुढे कार्यक्रम करायला गेले होते. तिथं दारू पिऊन झिंगलेले काही मवाली आले होते. त्यांनी कार्यक्रम संपल्यावर बेत आखला- आज काही हिला इथून जाऊ द्यायची नाही. आम्ही घाबरलो; पण तिथं एक डीएसपी साहेबदेखील होते. त्यांनी फायरिंग केलं, त्या मवाल्यांना पांगवलं आणि आम्हाला जीपमध्ये घालून स्टेशनवर पोहोचवलं. हातात हजार रुपये ठेवले. असा देव धावून येतो कुणाच्या ना कुणाच्या रूपात!

त्यानंतर पुन्हा आम्ही जळगावला गेलो.

मी खूपच भटकंती केली. माझं गाणं ऐकवायला खूप खूप दूर गेलो आम्ही! मुंबईत पिला हाउसलादेखील आलो. तिथं विठ्ठल शिंदे भेटले. त्यांनी माझ्या आवाजाचं सोनं केलं. लोक मला बरेचदा म्हणायचे, 'तुम्ही गाण्याचं शिक्षण घ्या, शास्त्रीय संगीत शिका.' पण रोजच्या धबडग्यात कुठलं हो शिक्षण? विठ्ठल शिंदे यांनी मात्र माझ्यावर खूप मेहनत घेतली. मी अशिक्षित बाई, ना धड वाचता येतं, ना लिहिता येतं! सकाळी साडेदहा ते रात्री आठ वाजेतो आम्ही पेटी घेऊन बसत असू. एकेक सूर त्यांनी मला शिकवला. त्या मेहनतीतूनच ते सुंदर गाणं जन्माला आल, 'येऊ कशी तशी मी नांदायला...' हे ते गाणं! या गाण्यानं रोशन सातारकर हे नाव सर्वतोमुखी झालं. आजदेखील हे गाणं तमाशात आवर्जून म्हणतात; एवढंच काय कॉलेजची पोरं-पोरीदेखील सोलो डान्स करताना हे गाणं निवडतात, एवढी या गाण्याची अजून नवलाई आहे. मी रेडिओवरदेखील काही गाणी म्हटली. तेव्हा तिथं खळेसाहेब होते. ते म्हणाले, ''स्टार्ट करा म्हटलं की, म्हणायचं.'' मी आपली भराभर म्हणत जायची. हातात नुसता कागद घेतलेला! तो उलटा की सुलटा हेदेखील ठाऊक नाही. त्यानंतर माझी तीन-चार गाणी निघाली; तीदेखील खूप गाजली.

'नांदायला नांदायला नांदायला मला बाई जायाचं नांदायला', 'डार्लिंग डार्लिंग काय म्हणतोस? भलताच बाईलवेडा दिसतोस', 'माझ्या नवऱ्यानं सोडलीया दारू, बाई देव पावलाय गं' ही ती गाणी! ही सर्वच गाणी आजही तेवढीच लोकप्रिय आहेत.

या रेकॉर्डस्नंतर माझ्या आयुष्यात एक काळाकुट्ट कालखंड आला. मला जेवणातून कुणीतरी काहीतरी घातलं. माझा आवाजच पार बसला. गाताच येईना. खूप वाईट वाटायचं, रडायची मी! गाणी डोळ्यांसमोर नुसती यायची; पण कंठातून सूर येत नव्हता. शेवटी तीन-चार वर्षांनंतर पुन्हा माझा आवाज सुटला. मला जणू संजीवनीच मिळाली.

माझं गाणं ऐकायला आचार्य अत्रेसुद्धा यायचे.

'दुल्लडी गळ्यामधी लडी,

चोळीवर खडी, चमके आईना
कोणा सावरकराची मैना'

हे गाणं त्यांना आवडायचं. दोनशे रुपये हातात ठेवून जायचे. बाळासाहेब देसाईदेखील यायचे. त्यांच्यासमोर तमाशा पार्टीचा सवाल-जवाब व्हायचा.

'उंच माडीवरती चला, हसून मशी बोला
रायाच्या मी बसते की डाव्या बाजूला
उद्या जायची नांदायला'

हे गाणं त्यांच्या आवडीचं! मात्र, इतर कुठं मराठी लावण्यांचा जोर नव्हता. हिंदी गाणीच होती.

मी फोरास रोडलासुद्धा कार्यक्रम केले. तिथं बैठका होत असत. एकदा रात्री दहा वाजता गाण्याचा कार्यक्रम सुरू झाला तो पहाटे पाचपर्यंत! तेव्हा फक्त दोन गाणी मी पुनःपुन्हा म्हटली ''

'प्यार किया तो डरना क्या...' आणि

'साकी हे हर निगाह पर बलखाके पी गया
लहरोंसे खेलता हुआ लहराके पी गया...' हे रफीचं गाणं!

या दोन गाण्यांवर ती बैठक तरली. सकाळ झाली. रूमची मालकीण माझ्यावर खुश झाली; पण मला जाऊ देईना. म्हणू लागली, ''सब जा सकते है, लेकिन तू नही जा सकती!'' तेव्हा मी घाबरले. तबल्यावर माझा भाऊ होता. त्याच्यामागून मी तिसऱ्या मजल्यावरून खाली धाव घेतली. खाली आमच्या टॅक्सी उभ्या होत्याच. त्यात मी उडीच मारली. अशी मी तेथून वाचले.

इंदूरला असाच एक जीवावरचा प्रसंग! आम्ही आमची पार्टी घेऊन यात्रेत गेलो होतो; तेव्हा भाऊ आला नव्हता. बसमध्ये चुकामूक झाली. रात्री कार्यक्रम सुरू केला. बांबू लावलेले! वाळूत बत्त्या लावलेल्या! हजार-बाराशे माणसं जमलेली! नुसत्या सुरावर दोन-तीन तास काढले. भाऊ नाही म्हणजे पेटीवाला नाही. शेवटी माणसं भडकली. प्रकरण पेटलं. माझ्या दुसऱ्या भावानं लाठी फिरवून लोकांना थोपवलं आणि मग आम्ही तेथून पळालो.

सोलापूरला महिनाभर बसून काढला. थिएटर बंद! कसेबसे दिवस काढू लागलो. शेवटी विजयसिंह मोहिते पाटलांना साकडं घातलं.

त्यांच्या प्रयत्नानं थिएटर सुरू झालं. पुन्हा आमची रोजी रोटी सुरू झाली.

सगळ्या तऱ्हेचे दिवस काढलेत मी! लहानपणी नगरला चणे-फुटाणे खाऊन दिवस काढले तसेच पुढेसुद्धा! एवढं माणसांचं खटलं सांभाळायचं म्हणजे गंमत नाही. कधीकधी नुकसानही सोसावं लागलं. पुढे आम्ही तंबू काढावा, असं ठरवलं; पण पैसे नव्हते; तेव्हा सासवडला शरद पवार आले होते. त्यांनी मुख्यमंत्री निधीतून चाळीस हजार रुपये दिले आणि स्वतःचे पंधरा हजार रुपये पाठवले. पत्रकारांनीदेखील मला खूप मदत केली. माझी हलाखीची परिस्थिती पेपरात छापून आली, तेव्हा मुंबईहून लोक मदत करायला आले. महाराष्ट्र शासनाचा पुरस्कार मिळाला. प्रमिला दातारनं मुंबईला बोलावून माझा सत्कार केला.

सुरुवातीला फारसा खर्च नव्हता. सहा-सात माणसं आम्ही. स्वस्ताई होती; पण तरीही पैसा राखण्याएवढा मिळत नव्हता. तबलजी घरचाच, सोंगाड्यादेखील घरचाच! आमच्या कुटुंबात आम्ही सर्वच कलाकार! हल्ली आता कसं? पन्नास कलाकार; त्यात दहा-वीस मुली एवढा ताफा सांभाळावा लागतो. पूर्वी तसं नव्हतं. मी मदतीचे कार्यक्रमसुद्धा खूप केले. नेवासा, तीसपूर, नारायणगाव, मंचर अशा ठिकाणी हे कार्यक्रम झाले. मिलिटरीसाठीसुद्धा कार्यक्रम केले. पानशेतचं धरण फुटलं, तेव्हा आम्ही नागपूरला होतो. तिथं पैसे गोळा केले आणि पूरग्रस्तांसाठी पाठविले.

नागपुरात शरद मोढे म्हणून एक कलाकार आमच्या पार्टीत होते. ते उडत्या चालीची गाणी लिहायचे. नागपुरात कन्नमवारसाहेबांबरोबरच बाबुराव धनवटे, ललिताताई धनवटे यांच्याशी आमचे चांगले संबंध जुळले. हिराबाई बडोदेकर धनवट्यांच्या घरी राहायला येत. त्या राहायला आल्या की, मला गाणं म्हणण्यासाठी बोलावणं धाडत. हिराबाईंच्या पुढे माझं गाणं ते काय? पण बाईंना कौतुक होतं.

लता मंगेशकर आणि आशा भोसले यांनीदेखील माझं गाणं कौतुकानं ऐकलं. त्यांनी मला लताबाईंच्या घरी बोलावलं. त्यांच्यासमोर गाणं म्हणायचं म्हटल्यावर माझी भीतीनं थरथर होऊ लागली, तेव्हा त्याच म्हणाल्या, ‘‘मी दाराबाहेर उभी राहून तुझं गाणं ऐकते.’’ तेव्हा

कुठं मी गाणं म्हणायला धजावले. आशाताईंच्या घरी गेले तेव्हा शांताबाई शेळके यांची भेट झाली. त्यांनाही माझी 'नेहमीच राया तुमची घाई...' ही लावणी आवडायची, असं त्यांनी मला आवर्जून सांगितलं. हृदयनाथ मंगेशकर आणि त्यांची पत्नी भारतीताई यांनाही खूप अगत्य! एकदा मी गेले, तेव्हा लताबाई नव्हत्या; तेव्हा भारतीताईंनी मुद्दाम थांबवून मला चहा पाजला. एकदा लताबाई मला त्यांच्याबरोबर रेकॉर्ड रूममध्येसुद्धा घेऊन गेल्या.

मी गाणं शिकले ते ऐकूनच! मोठमोठे कार्यक्रम लागले की, मी ऐकायला जायची. तलत महमूद, महंमद रफी, मुकेश यांचे कार्यक्रम नागपूरला असले की, मी जात असे. एकदा वैजयंतीमालाचा कार्यक्रमही बघितला. तिला मुद्दाम जाऊन भेटून आले.

मला मराठी सिनेमात गाण्याची संधी दिली ती विश्वनाथ मोरे यांनी! सिनेमा होता 'अशीही साताऱ्याची तऱ्हा!' त्यातलं गाणं असं होतं,

जातीचा ना गोताचा बाई धनी बिघाभर शेताचा!

विठ्ठल शिंदे यांच्यासारखीच विश्वनाथ मोरे यांनी माझ्या आवाजावर मेहनत घेतली. आज लावणी म्हणणाऱ्या अस्सल अशा आम्ही दोघीच! एक सुलोचनाबाई चव्हाण आणि दुसरी मी! मध्यंतरी 'स्वरानंद'नं खंडोबाच्या गाण्यांची कॅसेट काढली; त्यात मी गाणी म्हटली होती.

पूर्वी सरकारी कार्यक्रम होत. त्यात नावाजलेल्या कलावंतांना मानानं बोलावलं जाई. राजकपूर, जयश्री गडकर असे कलाकार येत असत. यशवंतराव चव्हाण असताना चौपाटीवर कार्यक्रम केलेला मला चांगला आठवतो. हल्ली तसं होत नाही. कुणीही उठतो आणि 'लावणी महोत्सव' भरवतो. त्यात सूर-तालाचा गंध नाही, असे झटपट कलावंत घेतो; त्यामुळे चांगले कलावंत मागे पडतात. दोन-चार गाणी म्हटली न म्हटली तर लगेच लावणीसम्राज्ञी ही पदवी मिळते. अहो, त्यासाठी कष्ट करावे लागतात, अख्खं आयुष्य वेचावं लागतं तरी पुरत नाही.

शरद पवार आणि विजयसिंह मोहिते पाटील यांनी आम्हा कलावंतांना खूप मदत केली. त्यांना कलाकारांची किंमत आहे. आमचं दुःख त्यांच्या काळजाला भिडतं. विजयसिंह मोहिते पाटलांचे वडील

पूर्वी अकलूजला आमचा कार्यक्रम ठेवत असत. कुठल्याही कार्यक्रमाची सुरुवात आम्ही करायचो ती 'ए मेरे वतन के लोगो...' याच गाण्यानं!

आज मला सरकारदरबारी मानधन मिळतं. दरमहा सातशे रुपये; पण ती रक्कमदेखील वेळेवर मिळत नाही. असं का? माझी लेक फर्स्ट क्लासमध्ये एम.ए, पास झाली; पण तिला नोकरी नाही. आमच्या मुलांसाठी शाळा हव्यात, व्यवसाय शिक्षण हवं, असं मला वाटतं.

मी एक साधीसुधी बाई! आयुष्यानं पुढ्यात पेच टाकले ते मी माझ्या कुवतीनुसार सोडवत गेले, ते सोडवताना कधीही मनात कडवटपणा येऊ दिला नाही. मुख्य म्हणजे माझं गाणं! त्या गाण्यानं माझ्या आयुष्याचं सोनं केलं. म्हणून या गाण्याची मी कायमची ऋणी आहे. आयुष्यातल्या अनेक रात्री रसिकांच्या पुढ्यात या गाण्यानंच सुंदर बनवल्या.

शब्दांकन : **सविता दामले**

■

मागे वळून पाहताना

मधू कांबीकर

लावणी जरी लोकांना ऐकायला व पाहायला आवडत असली तरी सर्वसामान्यपणे लावणीचे क्षेत्र हे लोकमान्य क्षेत्र नाही. समाजाच्या दृष्टिकोनातून बघायचे किंवा बोलायचे झाले तर ते एक छंदी लोकांचे मनोरंजनाचे क्षेत्र समजले जाते; परंतु त्यासाठी किती खस्ता खाव्या लागतात, किती मानसिक तणावांतून हे क्षेत्र साकारावे लागते, हे फक्त

तो कलाकारच जाणू शकतो. लोककला हे मऱ्हाटी संस्कृतीचं लोकवैभव! ही गोष्ट मात्र कोणाच्याही ध्यानात येत नाही.

मधू कांबीकर यांनी लावणीचा इतिहास साकारला! हे वाक्य ऐकले आणि मी धन्य झाले. क्षणातच माझ्या मनामध्ये थोडासा भूतकाळ डोकावू लागला. माझा जन्म बीड जिल्ह्यातील मालेगाव येथे २८ जुलै रोजी झाला. बीड जिल्हा आणि नगर जिल्हा यांच्या सान्निध्यातच माझं बालपण सुरू झालं. अगदी अंगावर होते म्हणजे जोपर्यंत दूध पित होते, तोपर्यंत मी आईकडे राहिले. मग नगर जिल्ह्यातील कांबी या गावी मावशीच्या मायेत माझं बालपण सुरू झालं. माझ्या मावशीने मला दत्तक घेतलं. माझे दत्तक वडील पोलीस रामभाऊ म्हस्के पाटील. मी माझ्या मावशीलाच आई म्हणू लागले. मला आठवतं, आमची पहिली-दुसरीची शाळा गिरणीमध्ये किंवा पारावर भरत असे. वडील माझे खूप लाड करीत असत. पोलीस पाटील असल्याने गावात खूप दबदबा होता. त्या वेळी गावात कुणाकडे रेडिओ नव्हता; पण माझ्या वडिलांनी ६०० रुपयांना फिलिप्सचा रेडिओ आणला. रात्रीच्या वेळी बातम्या, गाणी ऐकण्यासाठी गावातील मित्रमंडळी अंगणात जमत. साहजिकच या सर्वांमध्ये माझे लाड होत असत.

कांबीला महालक्ष्मी मंदिर आहे. या मंदिरात दरवर्षी यात्रा भरते. बालपणी मी या यात्रेचा आनंद लुटला आहे. स्थानिक लोक नाटक बसवीत. यासाठी नाटकातील कलाकारांना मेकअप करायला पैठणमधून एक पेंटर नावाची व्यक्ती येत असल्याने या सर्व नाटक मंडळींत माझे लाड होत असत. कौतुक होत असे; तर हा पेंटर मला कधी परी, तर कधी ससा बनवून स्टेजवर पाठवत असे; त्यामुळे मी एका कोपऱ्यापासून दुसऱ्या कोपऱ्यापर्यंत मनसोक्त फिरत असे. हाच माझ्या आयुष्यातील स्टेजवर जाण्याचा पहिला प्रसंग! इथंच माझा गावातील या ओपन थिएटरमध्ये स्टेजवर जाण्याचा कळतनकळत संबंध आला.

मौज-मजा-मस्ती या सर्वांतून बालपण सरत होतं. घरी रेडिओ असल्याने मनोरंजन होत असे. साहजिकच गाणं गुणगुणणं सुरू झालं. इथे माझ्या वडिलांनी मला प्रोत्साहन दिले. घरी कोणीही गाण्याकडे वळलेलं नव्हतं. माझ्या वडिलांनी तर केवळ गंमत म्हणून म्हणा नाहीतर त्यांना आवड म्हणा गावातील भजन करणाऱ्या मंडळींना बोलावून

घेतले व मला गाणं शिकवायला सांगितले; पण मी कुठली गाणं शिकते हो! ही सगळी गंमतच! तशी मला अभ्यासाची आवड कमीच! शिक्षण, जेमतेम सातवीपर्यंत झाले. वडिलांनी पुण्याला बाळासाहेब गोखल्यांकडे नृत्यशिक्षण घेण्यास ठेवले. पुण्याला आणि इथेच शालेय जीवनाला रामराम ठोकला!

पंडित नेहरू गेल्याची रात्र आजही माझ्या स्मरणात आहे. मी १०-११ वर्षांची असेन. विमानं घिरट्या घालत होती. विमानांच्या आवाजाची खूप भीती वाटायची. मला एवढं मात्र नक्की आठवतंय... चांदणी रात्र होती. वडील पोलीस पाटील असल्याने सर्व मित्रमंडळी रात्री अंगणात जमली होती. तसे रोज रात्री गप्पा मारायला सर्वजण जमत असतच; पण ती रात्र वेगळीच होती. त्या वयात स्पष्टपणे काही कळायला मार्ग नव्हता; पण एवढे मात्र नक्की माहीत होते की, नेहरू चाचा गेले आहेत. ती रात्र मी कधीच विसरणं शक्य नाही. पंडित नेहरूंबद्दल मी माझ्या घरात लहानपणापासून ऐकत होते.

मी पुण्यात बाळासाहेब गोखल्यांकडे नृत्य शिकायला आल्यावर तिथेच माझी पांडुरंग घोटकर यांच्याशी भेट झाली. त्यांनी मधू कांबीकर पार्टी तयार केली आणि इथूनच माझ्या नृत्याविष्काराच्या अदाकारीला म्हणा किंवा अभिनयक्षमतेला म्हणा सुरुवात झाली. एवढे खरे की, मला या क्षेत्राबद्दल काहीच माहिती नव्हती. नीट माध्यम माहीत नव्हते. प्रकार माहीत नव्हते. 'नाचू कीर्तनाचे रंगी । ज्ञानदीप लावू जगी!' असे नामदेव महाराजांनीच आपल्या जीवितकार्याचे सूत्र सांगितले आहे. तेच मनी धरून मी माझ्या जीवनाच्या वाटचालीला सुरुवात करण्यासाठी सरळ मुंबईची वाट पकडून हनुमान थिएटरच्या दारात येऊन धडकले.

मला आठवतं, १९७३-७४ मधील ७ जून हा दिवस होता. पावसाला नुकतीच सुरुवात झाली होती. आपल्याला नाचता आलं पाहिजे, ही जिद्द मनाशी होती. सतत नाच-गाण्याचा ध्यास. अर्ध्या रात्री जरी नाचावं लागलं तरी नाचता आलं पाहिजे इतकी तयारी करायची होती. हनुमान थिएटरमध्ये सुरुवातीची तीन-चार वर्षे चांगली गेली. नंतर इथे एकमेकांत स्पर्धा सुरू झाली. मी माझे नशीब अजमावत होते. कुठलं नाटक मिळेल हेच पाहत होते. यातच सर्वांत

वाद-विवाद होत असत. या सगळ्याला मी कंटाळले होते. हनुमान थिएटरमध्ये मुकुंद विचारे मॅनेजर होते. आमच्या इथे पाच-सहा पार्ट्या होत्या. प्रत्येक ग्रुपमध्ये १६-१६ मुली. सगळीकडे आवाज, गोंगाट; पण काहीतरी नवीन करायचं आहे, करते आहे हा नव्याचा आनंद.

मुकुंद विचारे यांनी एक सुंदर गाणे लिहिले होते. 'रिमझिम मोरासारखी नाचत आली...' मला ते गाणं खूप आवडायचं. पाऊस व रात्रीचं नातं माझ्याशी, माझे जीवन घडविण्यात फार महत्त्वाचे आहे.

इथे वादावादीमध्ये खूप मनस्ताप झाला; पण क्लासिकल गाणं, लावणी यांनी खूप आधार दिला त्या वेळी.

'मधुबन में राधिका नाचे रे', 'उदन तुम तन-न-तार' तसेच शिकार चित्रपटातील लोकप्रिय गाणं,

'नजर मेरे दिलकी पार हुई ।
देखो ना देखो मेरी हार हो गई ।।'

हा माझा डान्स खूप छान व्हायचा. या डान्समुळे मी प्रसिद्ध झाले होते. तसेच त्या वेळी 'नाचे मन मोरा...' हे गाणेही लोकप्रिय झाले होते.

या क्लासिकल गाण्यांबरोबर लावणीनेही मला साथ दिली. मला त्यातील काही लावण्या अजूनही आठवतात.

'फणशीबाई मुसाफिर अलबेला
शिपाई सजला सजला
रंगला फाकडा शोभे गुलाबी फटका'

अशीच दुसरी एक लावणी खूप चांगली होती.

'दिवा बारीक करा'

माझ्या लावण्या लोकप्रिय होत आहेत. याचा हनुमान थिएटरमधील काहींना राग यायचा. तसं, कुठल्याही क्षेत्रात चढाओढ ही असतेच; त्यातूनच मग हेवेदावे सुरू होतात. तसेच येथेही काहींना माझी लोकप्रियता बघवत नव्हती. ते जळफळ करायचे; पण मी आपली कुठल्या ना कुठल्यातरी उद्योगात मग्न असायची. त्याच दरम्यान टी.व्ही.ला माझे ३६ कार्यक्रम झाले.

असाच एकदा माझा लावणीचा कार्यक्रम होता. कुठली बरं ती

लावणी? हां!

कुठवर पाहू वाट सख्याची!

या कार्यक्रमाला अनंत माने आले होते. इतर पार्टीतील कलावंत त्यांच्या चित्रपटातील गाणी म्हणत. मात्र, मला माझे गुरू पांडुरंग घोटकर यांनी सांगितले होते की, चित्रपटातील गाणी घ्यायची नाहीत. म्हणून मी,

कुठवर पाहू वाट सख्याची
माथ्यावरून चंद्र ढळला गं!

आणि काय... रिदमची थाप पडल्यावर मला तोंडावरील पदर बाजूला करायचा होता. नाचायला सुरुवात करताना बरोबर मी पदर बाजूला केला. समोर पाहते तर अनंत माने दहा रुपयांची नोट घेऊन समोर उभे! मग मात्र मला त्यांनी हीच लावणी पुनःपुन्हा करायला लावली. ही लावणी माझ्या भाग्याची ठरली. लावणीवरील श्रद्धेपायी म्हणा किंवा माझे भाग्य म्हणा, अनंत माने यांनी मला आपल्या 'लक्ष्मी' या चित्रपटात 'इश्काचा फुलबाजा उडवा ना' सोलो करायला घेतले. ती रात्र मी कधीच विसरू शकत नाही. त्या रात्रीने एका गाण्यासाठी का होईना मला सिनेमात संधी मिळवून दिली. एवढी वर्षं कष्टात काढली त्याचे फळ मिळाले एवढे नक्की!

आता रात्रीवरून विषय निघालाच म्हणून सांगते, माझ्या आयुष्यात अनेक चांगल्या रात्री आल्या. काही रात्रींनी माझे आयुष्य घडविले. काहींनी रडविले. तसे आमचे कलावंतांचे आयुष्य रात्रच घडवीत असते.

मधू कांबीकर हा ग्रूप, ही पार्टी फुटायची वेळ आली होती. मी सर्वांना खूपदा सांगून पाहिले, वेगळं होऊ नका. जरी मला बाहेरची कामं मिळाली तरी मी इथे येत जाईन. एके दिवशी खूपच वादावादी झाली. सकाळपासून मला खूपच मनस्ताप झाला होता. या मनस्तापात झोपेच्या गोळ्यांची चार-पाच पाकिटे संपविली. तशाच अवस्थेत रात्री कार्यक्रमाला गेले. खरं म्हणजे, एवढ्या गोळ्या खाऊनही त्यांचा माझ्या शरीरावर परिणाम झालेला नव्हता. मी मंत्रमुग्ध होऊन नाचत होते. जवळजवळ अर्धा-पाऊण तास नाचले. मी बिनधास्त नाचत होते. थोड्या वेळाने गिरकी घेताना माझा तोल

जाऊ लागला. माझ्या शरीरावर गोळ्यांचा परिणाम होऊ लागला. लगेच मी स्टेजच्या मागे गेले आणि तिथेच कोलमडून पडले. महत्त्वाचे म्हणजे या दिवशी मुंबई बंद होती. डॉक्टरांकडे न्यायचे कसे? हा प्रश्न सर्वांपुढे होता. सर्वांना काय करायचे ते समजतच नव्हते. रात्रीचे बारा वाजून गेले. इतक्यात कुणीतरी मला जोराने हलवून विचारले, झोपेच्या गोळ्या खाल्ल्या का? त्याच गुंगीत मी 'होय' म्हटले. हे समजल्यावर सर्वजण घाबरले. आई तर रडायलाच लागली. मधूशेठ नैराळे यांचे भाऊ नारायणशेठ यांनी मला गाडीत घालून के.ई.एम.ला ॲडमिट केले. मग काय पोलीस, पंचनामा... या सर्व गोष्टी आल्याच. तिथे सकाळपर्यंत मी होते. नंतर मला हिंदू कॉलनीतील डॉक्टर खांडेकरांकडे ॲडमिट केले गेले.

शेवटी काय मी शुद्धीवर आले; पण माझी पार्टी शुद्धीवर आली नाही. पार्टी तुटल्याचे दुःख मला अनेक रात्री सतावत होते. अजूनही वाईट वाटते; पण काय उपयोग? मला सतत वाटत आले की, माझा प्रामाणिकपणा आणि माझी मेहनत काय कामाची?

१९७८-७९ चा काळ असेल हनुमान पार्टी सोडल्याचा! या काळात माझी अवस्था खूप वाईट झाली होती. मनाने मी खूप खचले गेले. दादर येथील प्लाझा थिएटरसमोरच्या बागेत मी जास्तीतजास्त वेळ घालवू लागले. माझ्याबरोबर माझी मैत्रीण सुमनताई नेराळे बरोबर असायची. मानसिक अवस्था वाईट होती. दररोज कांदिवलीवरून दादरला जायचे. तिथे बागेत एकटी, एकाकी बसून राहायचे. जवळ पैसेही नसायचे. अशातच एके दिवशी एक वयस्कर तमाशा कलावंत भेटले; त्यांनी मला वीस रुपये दिले. हे वीस रुपये मी २०-२५ दिवस पुरविले. कुणालाही ही गोष्ट खरी वाटणार नाही; पण एक कलावंत म्हणून मी आज समाजात आहे. त्यासाठी मी खूप खस्ता काढल्या आहेत. पांडुरंग घोटकर, माझे वडील यांना मी पत्र लिहून माझी परिस्थिती कळविली असती तरा हजारो रुपये आले असते; पण एक जिद्द उराशी होती. स्वतःच्या हिंमतीवर उभे राहायचे. त्याला हट्ट म्हणा, जिद्द म्हणा; पण या हट्टाच्या जोरावरच मी लावणीची अस्सल मराठमोळी अदाकारी पेश करू शकले. माझ्या पडत्या काळात मला साथ दिली ती माझी मैत्रीण सुमन नेराळे हिने. ती माझ्याबरोबर

असायची. खरे तर माझे हजारो रुपये लोकांकडे होते; पण ते मला एकदम न मिळाल्याने कधी संपले ते कळलेच नाही.

आम्हा कलावंत मंडळींच्या आयुष्यात रात्री फारच महत्त्वाच्या असतात. नाटकाचा प्रयोग असो, लावणीचा कार्यक्रम असो किंवा एखादे शूटिंग असो, रात्र महत्त्वाची. महाराष्ट्राच्या खेडेगावात तर प्रयोग रात्रीचेच होतात. कित्येकदा या रात्रीनींच मला मनस्तापाच्या विळख्यातून बाहेर काढले. यातल्या काही रात्रींनी दुःख दिले त्या मी विसरायचा प्रयत्न करते. पण या प्रयत्नातच अधिक दुःखी होते. जखमी होते. मग ती रात्र आठवते... भयानक...दुःखाची एकाकी!!

साधारण १९७८-७९ सालातील गोष्ट असावी. कांदिवलीला मानलेल्या भावाकडे राहत होते. तेव्हा माझं रंगभूमीवर 'पुत्र कामेष्टी' हे नाटक येणार होतं. या नाटकाच्या तालमी सुरू होत्या. भाऊ डहाणूकर वाडीत राहत होता. एकदा रात्रीची येत असताना, अकरा-साडेअकरा वाजले असतील. खूप पाऊस पडत होता. कांदिवली स्टेशनजवळ उतरले. चालत घरी जात होते. वाटेत स्मशानभूमी आहे. त्या वेळी रस्तेही व्यवस्थित नव्हते. खूप अरुंद होते. मुसळधार पाऊस... गुडघ्यापर्यंत पाणी. स्मशानभूमीच्या ऑफिसमध्ये थांबले. पाऊस कमी व्हायचे नावच नाही. बराच वेळ झाला. स्मशानभूमीच्या ऑफिसमधील माणूस म्हणाला,

'बाई तुम्ही किती वेळ थांबणार? रात्रही वाढते आहे.' शेवटी कंटाळून त्या पाण्यातूनच जायला निघाले. स्मशानात प्रेत जळत होते. तशी मी काही प्रेताला घाबरत नव्हते; पण त्या वेळी तशी वस्तीही तुरळक होती. त्या बाजूला विकास म्हणून एकच बिल्डिंग होती. आता तिकडे बिल्डिंगांचं जंगल आहे. ते सोडा; पण काय झालं! पाण्यातून जाताना गांडूळ किंवा काहीतरी सरपटत पायावरून गेले आणि नेमकी त्याच वेळी प्रेताची कवटी फुटली. दोन्ही गोष्टी एकाच वेळी घडून आल्या. अंगावर शहारा आला. अजूनही पाणी बघितले की, ती आठवण जागी होते. मन घाबरून जाते.

माझा 'शापित' सिनेमा लोकप्रिय झाला. या चित्रपटामुळे १९८२ मध्ये मला उत्कृष्ट अभिनेत्रीचे फिल्मफेअर ॲवॉर्डही मिळाले. महाराष्ट्र राज्य चित्रपट पुरस्कारही मिळाला. याच दरम्यान 'हेच माझे माहेर'चे

शूटिंग चालू होते आणि मला माझी शांता मावशी गेल्याचे कळले. बीड जिल्ह्यातील उमापूर गावी जायचे होते. सर्व कुटुंब निघाले. दिवस पावसाळ्याचेच होते. गावामध्ये काही गाडी जात नव्हती. मग काय? आम्ही सर्वजण चालत निघालो. चिखलात पाय रुतत होते. रात्रीची वेळ असल्याने काही दिसत नव्हते. खूप हाल होत होते. एकमेकांच्या आधाराने चालत होतो. आईला तर बहिणीने उचलूनच घेतले. कसेतरी पुलापर्यंत आलो. तिथे झोपडपट्टी होती. तिथल्या माणसांनी आम्हाला ओळखले. थोडाफार त्यांचा आधार मिळाला. त्यांनी बैलगाडी जोडून आम्हाला पुढे नेऊन पोहोचविले; त्यांचे आभार मानावेत तेवढे थोडेच! असं म्हटलं आहे ना, 'की कोणी गेलं तर रात्र संपत नाही.' तोच प्रसंग आम्ही अनुभवला. आजही आठवण झाली तरी कापरं भरतं.

तुम्हा सर्वांना वाटत असतं, कलाकारांच्या सर्व गोष्टींची लागलीच पूर्तता होते. त्यांना कोणत्याही गोष्टीसाठी कष्ट पडत नाहीत; परंतु इथे येणारा प्रत्येक कलावंत खूप काही अनुभवल्याशिवाय स्थिरस्थावर होत नाही. काही वेळा एखादा कलावंत शेवटपर्यंत अस्थिरच राहतो.

असेच एकदा अकोला जिल्ह्यातील लोणार या गावी 'राघू मैना' या माझ्या चित्रपटाचे शूटिंग चालू होते. आमची राहण्याची सोय एका शाळेत केली होती. रात्रीच्या वेळी नृत्यांचे शूटिंग होते. एका गुहेमध्ये हे शूटिंग होते. मोठमोठ्या दगडावरून उड्या मारून ते नृत्य सादर करायचे होते. या दगडांचा माझ्या पायांना खूपच त्रास झाला. अक्षरशः पाय कापल्यासारखे झाले. या क्षेत्रात मी नवीनच होते. या चित्रमय नगरीचा मला काही अनुभव नव्हता; त्यामुळे माझी फिकीर करणारे कुणीही नव्हते. कापलेल्या पायांनी चालणे अवघड होत होते. मुश्कील झाले होते; पण करणार काय? हे शूटिंग झाल्यावर दिवसा मला एका साध्या ड्रेसमध्ये काही शॉट द्यायचे होते. त्या वेळी लोणारला ज्वालामुखीमुळे जमीन खूपच खचली होती. जिथे शूटिंग होणार होते तिथे तर जवळजवळ अडीच-तीन किलोमीटर आत विहिरीसारखी जमीन खचलेली होती. पाय तर साथ देतच नव्हते. अगदी काठीसारखे ताठ झाले होते. पोलीस मागे लागत आहेत. मी, अशोक सराफ आणि नाना पाटेकर पुढे पळत आहोत. धडपडत... पळणे चालूच होते. इतक्यात एक मुलगा जोराने ओरडला,

'ताई, अहो ताई, पुढे जाऊ नका; जराही पुढे गेलात तर आत जाल.' काय घाबरले मी! तिथल्या तिथेच थांबले. हा तर माझ्या जीवनातील वाईट अनुभव. कधीकधी एकटी असल्यावर हे लोणार गाव आठवतं. इथले शूटिंग आठवते. तो मुलगा ओरडला नसता तर...

'शापित' या चित्रपटाचे शूटिंग चालू असताना एक प्रसंग माझ्या जीवावर बेतला होता. 'शापित'मध्ये शेवटच्या शॉटचे शूटिंग चालू होते. रात्र अमावास्येची... मिट्ट काळोख...किर्रऽऽ आवाज...असा शॉट होता; पण खरे तर शूटिंगदेखील रात्रीचे चालू होते. रात्रीचे तीन वाजले होते. मी आणि बाबा (यशवंत दत्त) बैलगाडीत बसलो आहोत. मोठ्या इनामदारांनी आम्हाला गावाबाहेर जाण्याची परवानगी दिली आहे. मी, बाबा व माझ्या मांडीवर बाळ. बाबा पुढे गाडी चालवत आहेत. गाडीत बाजरीची पोती. बैलगाडीचा रस्ता कसला हो? साधी पायवाट होती. जेमतेम दोन चाकांची जागा; मध्ये काटेरी गवत. ...तर इतक्यात धाकट्या इनामदारांचे गुंड गाडी अडवतात. आम्हाला कुऱ्हाड दाखवतात, दरडावतात; मागे फिरण्यासाठी ओरडतात. आम्ही– मी व बाबा त्यांना सांगत असतो, 'आम्हाला मोठ्या इनामदारांनी सोडलं आहे.' पण गुंड मात्र 'गाडी मागे फिरवा' म्हणून ओरडतच असतात. धाकट्या इनामदारांनी तुम्हाला वाड्यावर बोलावलंय. आम्ही ऐकत नाही हे बघून ते माझ्या मांडीवरचे बाळ उचलतात. वास्तविक मला 'माझे बाळ...' असे ओरडून पुढे वाकायचे होते; पण मला काही समजलेच नाही. कशी काय कोण जाणे; पण मी मागे वाकले आणि बैलगाडीच्या सोलात (मागे बांधलेल्या दोरीत) पाय अडकला. अंधारी रात्र...किर्रऽऽ आवाज, वाळलेली झुडपे, काटे. सर्वत्र शूटिंगचा आवाज; त्यामुळे माझा आवाज जाईना. कोणालाही मी ओरडतेय हे समजतच नव्हते. तशीच गाडीमागून ओढत गेटपर्यंत गेले. त्यात नऊवारी साडी; पाय चांगलेच सोलले गेले. त्यातही उजव्या पायाला तर खूपच लागलेले. शेवटी गेटमध्ये गेल्यावर एकच आवाज 'बाई कुठे गेल्या?' मग सर्वांच्या लक्षात आले. मी गाडीच्या मागे दोरीतच लटकलेली आहे. तोपर्यंत पहाटेचे चार वाजले होते.

तेवढ्यात राजदत्तजी आले. त्यांनी लागलेले पाहिले; औषध लावण्यास

सांगितले. 'ठीक आहे, आता सकाळची सातची शिफ्ट आहे.' एवढे बोलून ते निघून गेले. सर्वांना आश्चर्य वाटले. या बाईला एवढे लागले आहे आणि ही सकाळी कशी काय तयार होणार? 'शापित'मध्ये मला पूर्ण काळी व्हावे लागे. मग काय, पहाटे ४.३० ला अंघोळ, मग नऊवारी साडी नेसून, काळा मेकअप करून सकाळी ७.३० ला तयार हवे, अशी राजदत्त यांची ताकीद. मी त्याही अवस्थेत अंघोळ केली. मेकअप तयार झाला. साडी घालून पूर्ण तयारी झाली. रात्रीच्या सीनमध्ये मला बाळ झालेले व आता नुकतेच दिवस गेलेले. सकाळी मी गोवऱ्या थापत आहे. एकीकडे वासराला गाईकडे दूध पिण्यासाठी सोडलेले आहे. गरोदर असल्याने त्या दोघांकडे ममतेने, वात्सल्याने पाहते आहे. चेहऱ्यावर ते भाव...माया, प्रेम जिव्हाळा यांचे मिश्रण. आपल्याला होणाऱ्या बाळाबद्दल नकळत लागलेली ओढ असे भाव चेहऱ्यावर आणायचे होते. कॅमेरामन ईशान आर्य होते. त्यांनी कॅमेऱ्यातून बघितले. पहिल्यांदा त्यांचे लक्ष गेले ते माझ्या चेहऱ्याकडे. रात्री लागल्यामुळे चेहऱ्यावर मोठा ओरखडा आला होता. त्यांनी दत्ताजींना हाक मारली आणि म्हणाले, ''शॉट घेता येणार नाही, चेहऱ्यावर ओरखडा असल्याने भाव टिपता येणार नाहीत.'' दत्ताजींनी कॅमेऱ्यातून पाहिले. लगेच ते माझ्याबरोबर येऊन उभे राहिले. माझ्या केसांचा घट्ट अंबाडा बांधलेला होता. त्यांनी लगेच त्या बाजूचे केस ओढून गालावर आणले. शॉट घ्यायला सांगितले. सीन तर खूप मोठा होता; पण अशा परिस्थितीतही दत्ताजींच्या दिग्दर्शन चातुर्यामुळे कसा साकारला गेला याचे अजूनही आश्चर्य वाटते. तोपर्यंत १० वाजले होते. मी विचारले, ''आता काय सीन आहे?'' पण दत्ताजींनी ताबडतोब सांगितले, ''आता तुम्ही आराम करा.'' कामात तत्परता; पण तेवढीच काळजी अन् मायाही! दत्ताजींच्या स्वभावातील हा पैलू लक्षात यायला वेळ लागला नाही. आजही आरशात पाहिल्यावर चेहऱ्यावरील खूण त्या शॉटची आठवण करून देते. शॉट आठवतो; पण तेवढेच दत्ताजीही आठवतात.

पूर्वी आतासारखे रस्ते चांगले नव्हते. प्रवासाची साधनंही धड नव्हती. अशा परिस्थितीतही आम्ही 'लावणी भुलली अभंगाला' नाटकाचे प्रयोग यशस्वी करून दाखविले. निर्माता शांताराम विप्रदास होते. खूप

अडचणींचा रस्ता, राहण्याची आबाळ. या सर्वांतून प्रेक्षकांच्या प्रेमापोटी गावोगावी नाटकाचे प्रयोग केले. मला चांगलं आठवतं. एकदा परभणी जिल्ह्यातील एका दूरवरच्या खेड्यात हा प्रयोग होता. जायला धड वाहन नाही, रस्तेही धड नाहीत. रात्री नऊचा प्रयोग. कसेतरी धडपडत साडेबाराला पोहोचलो. आम्हाला वाटले, प्रेक्षक कंटाळून गेले असतील. पण काय हो! प्रेक्षक अजून वाट बघत होते. प्रेक्षकांचे कलेवरील, नाटकावरील प्रेम बघून हुरूप आला. भराभर मेकअप करून ओपन एअर थिएटरवर गेलो. भारतीय बैठक होती. स्टेजवर जाऊन कार्यक्रम सुरू झाला. पाय घसरायला सुरुवात झाली. सर्वजण एकमेकांकडे बघत होते. सर्वांना हसायला येई. मी नाचताना इकडे तिकडे होत होते. नंतर लक्षात आले, स्टेज म्हणजे गवताच्या पेंढ्या घालून तयार केलेलं; त्यातून पाय घसरायला कितीसा वेळ लागतोय? परंतु त्या खेड्यातील प्रेक्षक आपल्यासाठी, आपल्या कार्यक्रमासाठी साडेबारापर्यंत थांबले; हीच तर प्रेमाची पावती! त्या दिवशी वाटलं, आपल्याला त्रास झाला तरी आपण रसिकांना भरूभरून आनंद दिला हेच खरं मानसिक समाधान आणि प्रेक्षकांचं प्रेम हाच खरा पुरस्कार.

'लावणी भुलली अभंगाला' हे माझं नाटक खूप चांगलं चाललं होतं. या नाटकाच्या बऱ्या-वाईट खूप आठवणी मनामध्ये तरंगतात. औरंगाबादला नाटकाचा प्रयोग होता. रात्रीचा प्रयोग होता. पहाटे औरंगाबादजवळ अगदी या शहराजवळ गाडी आली. काही क्षणांतच एकजण भरघाव गाडी घेऊन मागे आला आणि अशी धडक दिली की, काही कळायच्या आत गाडी पुलाच्या काठावर येऊन थांबली. गाडी पुढून खाली व मागून पुरती उचलली गेली. माझे नशीब माझ्यावर खुश होते. मागून येणाऱ्या गाडीच्या काचा उघडल्या आणि कशी वर घेतली परमेश्वराला ठाऊक! मी तर डोळे गच्च मिटून घेतले होते. सारखा देवाचा धावा चालूच होता. देवाच्या कृपेने मी वाचले एवढं मात्र खरं!

याच नाटकाचा रत्नागिरीला प्रयोग चालू होता. १९८१-८२ हे साल होते. पहिला अंक सुरू झाला. इतक्यात कांबी गावाहून वडिलांच्या निधनाची तार आली. नाटक चालू! बाईंना सांगायचे कसे? हा सर्वांना प्रश्न. पूर्ण कंपनीला माहीत होते की, तात्यांचा माझ्यावर किती जीव

होता. पुढचा प्रयोग रद्द केला होता. मला याची काहीच माहिती नाही. सकाळी सर्वांची एकच घाई! बाई लवकर अंघोळ करून घ्या. मला समजेना, यांना माझ्या अंघोळीची घाई कशाला? चला, आता खाऊन घ्या. बाई आपल्याला जायचं आहे. कोणी स्पष्ट काही सांगत नव्हते. शेवटी खाऊन झाल्यावर मधू गायकवाड यांनी सांगितले, तात्या गेले. झालं! या दोनच शब्दांनी मी पूर्ण कोसळले. डोळ्यांचं पाणी थांबेना. पूर्णतः बुडाल्यासारखी एकटी, एकाकी! माझ्या जीवनातील सर्वांत दुःखद घटना कोणती तर तात्यांचे जाणे.

अरुण कर्नाटकी यांच्या 'आई तुळजाभवानी' या चित्रपटाचे शूटिंग तुळजापूरला होते. मराठवाड्यातील लोक होते. त्यानंतर मला एका सिरियलच्या शूटिंगसाठी जायचे होते. 'आई तुळजाभवानी'चे शूटिंग झाले. रात्री मी झोपले तर पहाटे पाच वाजता अचानक जाग आली. घंटा वाजल्याचा आवाज झाला. दारात तात्या. म्हणाले, ऊठ मधू, मी निघालो. मी उठून बसले. आम्ही राहिलो होतो त्या हॉटेलशेजारीच देऊळ होते आणि त्या देवळात आरती चालू होती. तात्या स्वप्नात कसे? स्वप्न संपले. सांगायचे काय तर तात्या माझ्या स्वप्नात आले होते. त्याच दिवशी खरं तर ते गेले होते. मला ते जाणार हे कळलेही होते आणि नव्हतेही.

'लावणी भुलली अंभगाला' या नाटकाचा प्रयोग पैठणला होता. स्टेज मला नक्की आठवत नाही; पण स्टेजला फरश्या होत्या एवढे मात्र नक्की! लावणीला सुरुवात झाली.

अचानक माझा पाय दोन फरश्यांच्या मध्ये गेला. पूर्ण पाय रक्तबंबाळ झाला. त्याही अवस्थेत मी नाचत होते. कलेसाठी मी होते आणि माझ्यासाठी कला होती याच भावनेतून मी आजपर्यंत नृत्याकडे पाहत आले. लोककलेल्या लावण्याचे सर्वांगसुंदर दर्शन मला लावणीतून साकार करायचे असते म्हणूनच मी काहीही झाले तरी नृत्याशिवाय राहू शकत नाही. नेमका याच वेळी मला सायनसचा त्रास सुरू झाला. पूर्ण नाक बंद झाले; श्वास कोंडला. डोके खूप दुखायला लागले. मला असे वाटत होते की, डोके अक्षरशः भिंतीवर आपटून घ्यावे. हॉटेलच्या रूमवर मी एकटी. रात्री २ ते ६ एकटीने फेऱ्या घातल्या. कोल्हापूरच्या मंदार हॉटेलचे मालक माझी काळजी घेतात. शेवटी पहाटे सहा वाजता

मंदार हॉटेलमध्ये फोन केला. त्यांनी तत्परतेने मला डॉक्टरांकडे नेले. डॉक्टरांचे म्हणणे पडले की, ऑपरेशन करणे आवश्यक आहे. माझा तर संध्याकाळी आठ वाजता खोपोलीला प्रयोग. आणि इकडे माझे डोके फुटायची वेळ. शेवटी ऑपरेशन करायचे ठरले. निर्मात्याला सांगून ठेवले होते. ऑपरेशन झाल्यावर मला परस्पर खोपोलीला घेऊन जा. खोपोलीचा प्रयोग खूप महत्त्वाचा होता. पोलीस वेल्फेअर फंड उभारून; एक-दीड लाख रुपये जमवून त्या प्रयोगाची तयारी झालेली होती. लोकांना निराश करणं माझ्यासारख्या, महाराष्ट्राच्या लोककलेचा वारसा जपणाऱ्या अभिनेत्रीला तर जमलंच नसतं. दुपारी बारा वाजता माझे ऑपरेशन झाले. थोडीफार शुद्ध आल्यावर आम्ही खोपोलीला रवाना झालो. गंमत अशी की, रात्रीचे साडेआठ-नऊ वाजले तरी मी शुद्धीवर येईना. बाहेर प्रेक्षक जमलेले, गडबड चालू; मला नीट शुद्ध नाही. कानावर आवाज. थोड्या वेळाने मला शुद्ध आली. दुसऱ्या डॉक्टरांच्या बोलण्यात इकडे प्रयोग कॅन्सल म्हणून बोलणी चालली होती. मी सावध झाले. निर्मात्याला सांगितले, हा प्रयोग होईलच. फक्त अर्ध्या तासात मी तयार होते. मला नाच करण्यावर बंदी घालण्यात आली. ठीक आहे. पायात घुंगरू तर बांधले. पुढचे पुढे. स्टेजवर गेले. हाउसफुल प्रेक्षक. लावणी माझी सखी आणि नाच तर माझा प्राण. यापासून मी वेगळी कशी राहू शकते? थोडीफार सावरले होते. नाचायला सुरुवात केली. शेवटचा अंक चालू झाला. दोन अंक निभावून नेले होते. सवाल-जबाबाप्रमाणेच लावणी की कीर्तन याबद्दल वाद चालू होता. गावात त्याचं मोठं आकर्षण असायचं. लावणी-कीर्तनाची जुगलबंदी चालू होती. ढोलकी अन् तबल्याचा आवाज, बेभान होऊन नाचायला लागले. नाकातून रक्त येण्यास सुरुवात झाली. पांढऱ्याशुभ्र साडीवर रक्ताचे थेंब पडू लागले. थोड्या वेळाने दुसऱ्या नाकातून रक्त. या अवस्थेतदेखील जवळजवळ अर्धा तास नाचले. अंगात त्राण नव्हते. शेवटी प्रयोग संपला. आत आल्यावर धरणीवर अंग झोकून दिले.

महाराष्ट्रातील सणांपैकी दिवाळी की पाडवा असा कोणतातरी सण होता. राघू मैनाचं शूटिंग चालू होतं. संपल्यावर मी पूजेची तयारी केली. इकडे विठ्ठल वाघ, किशोर मोरे आणि बाजीराव (कवी) यांच्याबरोबर स्थानिक पेपरचे संपादक नाना असे सर्वजण गप्पा मारत होते. विठ्ठल

वाघ यांनी कविता सुरू केल्या. त्यांची 'बिल्लोर' ही कविता माझ्या मनात ठसली. नवीन लग्न झालेली तरुणी, सकाळी तिच्या सख्या तिला छेडतात. ही कविता माझ्या मनःपटलावर कोरली गेली.

मनाच्या पडद्यावरून अशा एकएक आठवणी पुढेपुढे सरकतात. सामान्य माणूस आम्हा कलावंतांकडे साकार केलेल्या भूमिकेतूनच पाहत असतो. निळू फुले या व्यक्तींबद्दल सामान्य जनांचे मत फारसे चांगले नाही; ते त्यांच्या चित्रपटातल्या भूमिकांमुळे. त्यांना जनता सतत खलनायकाच्या भूमिकेत वावरताना पाहते. म्हणून जनतेने त्यांचं खलनायक असंच रूप बनवलं आहे; परंतु वैयक्तिक जीवनात ते कसे आहेत किंवा त्यांच्या व्यक्तिमत्त्वाचे विविध गुण प्रेक्षकवर्ग लक्षातच घेत नाही; पण मी त्यांच्या माणुसकी या पैलूचे अनुभव घेतले आहेत. कोल्हापूरला माझ्या 'सतीची पुण्याई' या चित्रपटाचे शूटिंग होते. बाकी सीन झाले होते; फक्त एकच गाणे बाकी होते ते निळूभाऊंबरोबर चित्रित व्हायचे होते. याच वेळी पुणे जिल्ह्यातील वडगाव येथे माझ्या नाटकाचा प्रयोग लागलेला होता. इकडे तर निर्मात्याने मला गाण्यासाठी थांबवून घेतलं. काय करावं? काही कळत नव्हते. निळूभाऊंचेही दोन ठिकाणी शूटिंग होते. मी मेकअप करून गेले. जेमतेम एक कडवं झालं असेल निर्माता म्हणाले, आता पुरे. निळूभाऊंना शूटिंगसाठी जायचे आहे. मी अगदीच नवीन होते. माझी अडचण त्यांच्याजवळ बोलू शकत नव्हते. मला डोळ्यांसमोर माझ्या नाटकाचा प्रयोग दिसत होता. निर्मात्याला गाठण्याचा प्रयत्न केला. तो काही रिझर्वेशन देण्याचे नावच काढीना! कसेतरी दुपारी पुन्हा एक वाजता निळूभाऊ शूटिंगसाठी आले; त्याच वेळी त्यांना कोणीतरी माझ्या प्रयोगाबद्दल सांगितले. झालं! निळूभाऊ सर्व युनिटवर असे संतापले की, बोलायचे काम नाही. 'अगं मधू, वेडी की काय तू? तू मला आधी का बोलली नाहीस?' या त्यांच्या दोन वाक्यांनी मला भरून आले. सीनही काही कमी नव्हता. जवळजवळ सहा पानी सीन. निळूभाऊ झोपले आहेत आणि मी त्यांना दारू पाजते. एकीकडे टेपरेकॉर्डर चालू. त्यांच्याकडून खरी माहिती काढून घ्यायची आहे; पण कसले काय? माझ्यापेक्षा निळूभाऊंनाच सीन पूर्ण करायची घाई. सीन चालू असतानाच त्यांनी गाडीची चौकशी केली. साडेपाच-सहाला गाडीत बसवून दिले. बसले

कसली हो! शेवटच्या पायरीवर जेमतेम कोंबले गेले. सातार्‍यापर्यंत तिथेच बसून प्रवास. शेवटी कंडक्टरने जागा दिली. १० वाजता पुण्यात. पुढे वडगावला जायला रात्रीचे साडेबारा. रात्री एक वाजता मेकअप करून स्टेजवर. तरी प्रेक्षकांचा उत्तम प्रतिसाद मिळाला. यातून निळूभाऊंनी ठेवलेली एका कलाकाराची जाणीव. तसेच त्यांच्यावर झालेले राष्ट्र सेवादलाचे संस्कार; त्यामुळेच त्यांनी पूर्ण युनिटला जाणीव करून दिली. शहराच्या ठिकाणी प्रयोग असला की, कलावंतांना वेळेवर पोहोचावे लागते नाहीतर प्रेक्षकच थिएटरची वाट लावून प्रयोग करतात.

'पुत्रकामेष्टी'मध्ये मला रोल मिळाला तो प्रभाकर पणशीकरांच्या हट्टामुळेच. या दुनियेत मी नवीनच होते; पण प्रभाकरपंत हटून बसले होते. मला हीच नायिका हवी. अनेकांनी मला नावे ठेवली. हिच्या तोंडावरची माशी उठायची नाही, 'ही या भूमिकेसाठी योग्य नाही;' पण प्रभाकरपंतांचा निर्धार! 'पांढरी पाल' हे मला या वेळी इतरांनी लावलेले बिरूद; या सर्वांतून मला या रोलसाठी तयार व्हायचे होते. पंतांनी इतरांना सांगितले, 'पहिला रोल मला करवून घ्यावा लागेल; पण मला खात्री आहे, दुसर्‍या अंकापासून मधू कांबीकर पुत्रकामेष्टी गाजवेल.' पंतांचे म्हणणे खरे ठरले. मला नावं ठेवत होती ती मंडळी नाटक पाहिल्यावर कौतुक करू लागली. यासारखा वेगळा आनंद तो काय? त्या वेळी मिळणारे समाधान शब्दांत मांडणे कठीण!

निळूभाऊंसारखाच दादा कोंडकेंचा मला अनुभव आला. एका ठिकाणी माझे पैसे अडकले होते. पैसे माझे आहेत याचा बँकेतून पुरावा मिळाला तरी मला पैसे मिळत नव्हते. मला न्याय मिळेना म्हणून दादांनी त्या व्यक्तीला पैशासंबंधी फोन केला; पण काही उपयोग नाही. मी रिकाम्या हातांनी परत आले; हे पाहिल्यावर दादांनी आपला धाक दाखवून माझे पैसे वसूल करून दिले. तसं पाहिलं तर आम्ही कलेला वाहून घेतलेले कलावंत. कला हाच आमचा धर्म. याच दादांना शिकारीचं वेड. शिकार म्हटली की, रात्रीच करायला हवी. 'येऊ का घरात'च्या शूटिंगवेळी कधीतरी मी दादांबरोबर शिकारीला गेले. दादा काय पाखरू दिसले, ससा दिसला की, धरला नेम. मग माझं त्या पक्ष्यांना, प्राण्यांना वाचविण्यासाठी ॐ नमः शिवाय सुरू. अशी गंमत दादांच्या शिकारीची, शिकारीच्या नादाची. शेवटी दादा म्हणालेच,

"मधू, मी नेम धरला की, ॐ नमः शिवाय म्हणच, म्हणजे माझा नेम चांगला बसून पक्षी माझ्या ताब्यात.

आयुष्यात सातशे रात्री अभंगात गेल्या. 'लावणी भुलली अभंगाला' नाटकाने मला नाव दिले, पैसा दिला. हे नाटक बंद झाले, त्यावेळी मला खूप वाईट वाटले. असाच एकदा कराडला प्रयोग होता. तबला, ढोलकी वाजविणारा मुलगा बदललेला. तो दहा मिनिटांच्या नाचाला जवळजवळ पंधरा मिनिटे वाजवतच बसला. प्रेक्षकांनाही कळले. काहीतरी गडबड आहे. शेवटी निर्मात्याला मी जोरानेच ओरडले. दुसऱ्या अंकाला मी स्टेजवर जाणार नाही; पण प्रेक्षकांच्या प्रेमापोटी मी तो प्रयोग पूर्ण केला. तेव्हाच ठरवून टाकले, आता हे नाटक करायचे नाही.

रंगभूमीवर पहिल्या पदार्पणातच नावलौकिक मिळत असताना मला सिनेमातून बोलावणं आलं. 'शापित' या माझ्या पहिल्याच चित्रपटाने मला भरभरून कौतुक दिलं. पुरस्कार, मानसन्मान यांचा वर्षाव झाला. लोककला, नाटक आणि चित्रपट या तीनही क्षेत्रांत माझं नाव गाजू लागलं. 'झपाटलेला,' 'रावसाहेब' या चित्रपटांना महाराष्ट्र राज्य चित्रपट पुरस्कार मिळाले. दशकातील सर्वोत्कृष्ट अभिनेत्री म्हणून सिनेगोअर्स असोसिएशन ॲवॉर्ड मिळालं. त्याचप्रमाणे 'पुत्रकामेष्टी', 'लावणी भुलली अभंगाला' या नाटकांचे पुरस्कार मिळाले. या सर्व पुरस्कारांतून मला माझं बालपण आठवू लागतं. इथपर्यंत येण्यासाठी मी एक कलावंत म्हणून केलेला प्रवास, आपण गाणंही म्हणायचं आणि नाचही करायचा. या पुरस्कारातूनच मला माझ्या अनेक रात्री डोळ्यांसमोर येतात. माझे गाव, माझे तात्या, माझी आई, त्यांनी दिलेले संस्कार आठवतात; त्यामुळेच मी यशाने कधी हुरळून गेले नाही तर अपयशाने कधी खचले नाही. मनाशी बाळगलेली जिद्दच मला 'बोलक्या डोळ्यांची नर्तिका' हा किताब देऊन गेली. 'महाराष्ट्राच्या सांस्कृतिक जगतात पेशवाईतील खानदानी पेशकश करणारी श्रेष्ठ अभिनेत्री म्हणून माझी ओळख पाहिली की, मी धन्य होते.'

शब्दांकन : **प्रा. जान्हवी केळकर**

■

स्वप्नांचे दरवाजे उघडणाऱ्या बेधुंद रात्रींचे कलावंतांच्या नजरेतून घडलेले सारंगी दर्शन.

रात्ररंग

संपादन : अरुण शेवते

★

रात्र! अनेक भाव अस्तित्व आणि अनुभवांची झिरमिर ओढणी घेऊन रुजलेली सुंदरी जणू. तिचं रूप, तिचं दर्शन वेगवेगळ्या नरजेनं वेगवेगळं घडत असतं. रात्र असते मंतरलेली, आसुसलेली, भयानं थरथरलेली आणि शीतल चांदण्यानं धुंदावलेलीही- दिवसाकडून रात्रीकडे प्रवास करणारे आपण अलगदपणे रात्रीचे होत असतो. आयुष्यात अनेक रात्री येतात. मित्रांबरोबर घालवलेल्या रात्री, प्रवासात, जंगलात, घरात अनुभवलेल्या रात्री, अनेक बऱ्या वाईट प्रसंगातील रात्री... संध्याकाळी सातच्या नंतर एक दरवाजा मिटतो, एक दरवाजा उघडतो.

आपण जगत असलेल्या भूमिकांसह रात्र रंगत जाते. कलावंताच्या रात्री या अधिकच वेगळ्या असतात. त्यांच्या भूमिका आणि वास्तवजीवन याच्या सीमारेषा या रात्रीमध्ये धूसर होतात.

वेगवेगळ्या क्षेत्रातल्या खास व्यक्तीचे अनुभवलेल्या खास रात्रीचे हे अनोखे अनुभव रात्रीचे गहिरे रंग व्यक्त करणारे.

★

www.ingramcontent.com/pod-product-compliance
Lightning Source LLC
LaVergne TN
LVHW090000230825
819400LV00031B/468